विद्युत्-प्रकाश

वि. स. खांडेकर

D9900235

मेहता पब्लिशिंग हाऊस

◆　 *या पुस्तकातील लेखकाची मते, घटना, वर्णने ही त्या लेखकाची असून त्याच्याशी प्रकाशक सहमत*
　 असतीलच असे नाही.

VIDYUT PRAKASH by V. S. KHANDEKAR

विद्युत्-प्रकाश : वि. स. खांडेकर / कथासंग्रह

© सुरक्षित

मराठी पुस्तक प्रकाशनाचे हक्क मेहता पब्लिशिंग हाऊस, पुणे.

प्रकाशक　　 : सुनील अनिल मेहता, मेहता पब्लिशिंग हाऊस,
　　　　　　 १९४१, सदाशिव पेठ, माडीवाले कॉलनी, पुणे – ४११०३०.

मुखपृष्ठ　　 : चंद्रमोहन कुलकर्णी

प्रकाशनकाल : द्वितीयावृत्ती : १९८९ / ऑगस्ट, २००७ /
　　　　　　 पुनर्मुद्रण : सप्टेंबर, २०१८

P Book ISBN 9788171610082
E Book ISBN 9789386342485
E Books available on : play.google.com/store/books
　　　　　　　　　　　 www.amazon.in

अनुक्रमणिका

विद्युत्-प्रकाश

१

॥ श्री ॥

कराची
प्रिन्सेस स्ट्रीट
ता. २०.३.३०

बालमित्र श्री. नानासाहेब प्रभू यांचे सेवेशी,

कृ. सा. न. वि. वि.

माझे हे पत्र पाहून तू अगदी आश्चर्यचकित होशील. बाँबगोळाच वाटेल हा तुला. हो, पण विसरतच होतो मी. बाँबगोळ्याचे आश्चर्य आमच्यासारख्या प्राकृत लोकांना वाटायचे. तुझ्यासारख्या त्यातल्या तज्ज्ञाला— ते १९०५ साल, काळातल्या लेखांची पारायणे करणारा तो टिळकभक्त नाना प्रभू, गोखल्यांची बाजू घेऊन त्याच्याशी भांडणारा तो दादा देसाई, बाँबच्या संशयाने या मित्रमंडळाच्या खोल्यांवर पोलिसांनी घातलेला छापा, मळकट धोतर नेसून व फाटका सदरा घालून आपल्या खोलीतला गडी बनलेला तो नाना — कशी विमानासारखी भुर्रकन जातात वर्षे! पण इतकी वर्षे गेली तरी मला अजून त्या पोलिसांच्या छाप्याचे स्वप्न पडते आणि अंगाला दरदरून घाम सुटून मी जागा होतो बघ.

नाना, जवळ जवळ पंचवीस वर्षांनी आपली ही गाठ पडते आहे; आणि ती सुद्धा पत्ररूपाने! किती विलक्षण वाटते हे, नाही? पण डॉक्टरीच्या धंद्यातल्या गेल्या बावीस वर्षांच्या अनुभवाने मी जर काही शिकलो असेन तर ती एकच गोष्ट— जग मनुष्यांच्या खेळाकरिता निर्माण झालेले नाही. दैवाच्या खेळाकरिता ते आहे. माणसे म्हणजे काय? नुसती खेळणी! लांबची उदाहरणे कशाला देऊ? साधा एल. सी. पी. एस. असूनही इथे आल्यावर माझे लगेच बस्तान बसले. एका गुजराथी शेटजीची बायको क्षयाने आजारी होती. माझ्या औषधाने तिला गुण आला. झाले, लगेच माझ्यावर लोकांच्या उड्या पडू लागल्या. पण नशीब म्हणजे जुगार म्हणतात ते काही खोटे नाही. रग्गड पैसा मिळवून मी नवा बंगला बांधला, पण

त्यात गृहप्रवेश करायला काही सौभाग्यवती जगली नाही. ती क्षयानेच गेली!

दु:खात सुख एवढेच, की एक गोड मुलगी मागे ठेवून ती गेली. विद्युत् नाव आहे तिचे! तू आता जवळ जवळ बंगालीच झालेला आहेस. तेव्हा हे नाव तुला फार फार आवडेल. ती झाली तेव्हा मला काव्यबिव्याचा नाद होता असे मात्र नाही हं! पण तिच्या जन्माची ती मध्यरात्र अजून आठवते मला. काळ्याकुट्ट ढगांनी आभाळ भरून गेले होते अगदी. बाहेर पाहिले की भीतीच वाटे मनाला. बायकोची सुखरूप सुटका होईल की नाही या काळजीने माझे मनही तसेच झाले होते. पण त्या काळ्याकुट्ट आकाशात एकदम विजा चमकू लागल्या आणि त्याच वेळेला माझ्या विद्युत्ने जगात पाऊल टाकले.

अंधार उजळून टाकणाऱ्या विजेप्रमाणे माझी मुलगी काही तरी उज्ज्वल कार्य करील अशीही मी तिच्या जन्मापासून खूणगाठ बांधली होती. पण जगात मनुष्याच्या अपेक्षा कधी पूर्णपणे खऱ्या झाल्या आहेत का? विद्युत् बुद्धिवान आहे, उद्योगी आहे, प्रेमळ आहे; पण तिला उत्कृष्ट डॉक्टरीण करण्याचे माझे सारे प्रयत्न फुकट गेले. मुंबईच्या आर्टस्कूलमध्ये चित्रकलेचे शिक्षण घेत आहे ती सध्या! नाना, तुझा काय अनुभव असेल तो असो; पण ही अलीकडची पोरे थोडीशी स्वच्छंदीच असतात. मी एल. एम. एस. ला जाण्याचा हट्ट धरला तेव्हा माझे वडील म्हणाले होते, ''मी गरीब कोकणी मनुष्य आहे. माझ्याकडून कढीभात मिळेल तुला. तूपपोळी हवी असली तर–'' लगेच मी एल. सी. पी. एस. ला जायचे कबूल केले. पण या पोरीने काय केले ठाऊक? दवाखान्यात माणसाच्या सांगाड्याचं चित्र असतं ना, त्याच्याकडे बोट दाखवून ती म्हणाली, ''दादा, डॉक्टर व्हायचं म्हणजे असली चित्रं बघत बसायचं! त्यापेक्षा दुसरी सुंदर सुंदर चित्रे काढणे बरे नाही का?'' काय उत्तर द्यायचं या प्रश्नाला? बाकी तिचा हात तसा छान आहे म्हणा! मासिकात 'विद्युत्' या सहीने तिची चित्रं येतात मधून मधून. पण चित्रातसुद्धा या अलीकडच्या मुलांचे वेड आहेच! त्यात काढतात काय? एक ऐटबाज तरुण नाही तर नाजूक नार! किती वेळा मी विद्युत्ला सांगितले — मल्लांची चित्रे काढ; भीम, बलभीम रंगीव; झाशीची लक्ष्मीबाई अगर चांदबिबी — छे नुसती हसते ती! नाना, तू काही म्हण; पण तरुण पिढीच्या अंगी काही आपली रग नाही! ते गणेशोत्सवातले मेळे, ती पदे, त्या परदेशी कापडाच्या होळ्या, ती काळ-केसरीतल्या लेखांची पारायणे, काही म्हटल्या काही नाही या तरुणांपाशी! हे रडक्या कविता म्हणतील आणि नटवे पोषाख करतील.

एवढा मजकूर वाचून होताच पत्रावर कराचीचा छाप आहे की ठाण्याचा आहे हे तू पाहशील अशी माझी खात्री आहे. पंचवीस वर्षांनंतर पत्र लिहायला बसलो काय आणि एखाद्या रोग्याप्रमाणे आपल्या हकीगतीची पोथी सोडली काय? एका दृष्टीने

मी रोगीच आहे म्हणेनास! विद्युत्‌वर माझा सारा जीव! पण ती आपल्याच नादात गुंग असते. वर्षाकाठी महिनाभर सुटीत आली तरी समुद्रावर फिरायला जा, विमानाचे- जाऊ दे चित्रकलेच्या शिक्षणाकरिता म्हणून मुंबईत काढली आहेत तिनं पाच वर्षं! एखादा ख्रिश्चन नाही तर मुसलमान नवरा शोधून काढला नाहीन म्हणजे मिळविली.''

आता भिऊ नकोस! हरिदासची कथा मूळपदावर आली हं! एक दोन महिन्यांपूर्वी वर्तमानपत्रात मुंबईच्या डॉ. प्रकाशकुमार प्रभूंनी घोड्यावरून पडलेल्या कुणा तरी संस्थानिकांचे मोडलेले हाड फार चांगले बसविल्याचे वाचले होते. त्या वेळी वाटले की, बंगाल्यातही प्रभू हे आडनाव असावे. पण परवाचा केसरी उघडून पाहतो तो त्यात तुझा फोटो आणि कलकत्त्याच्या कॉर्पोरेशनमध्ये महाराष्ट्रीय मनुष्य असल्याबद्दल तुझे अभिनंदन! खालचे त्रोटक चरित्र वाचून तर मी थक्कच झालो. बाँबगोळ्याऐवजी सोन्याच्या गोळ्यांचाच कारखाना काढलास म्हणायचा तू! बाकी कलकत्त्यासारख्या ठिकाणी पुढे येणे म्हणजे काही लहानसहान गोष्ट नाही! पत्र फार लांबले! तू कदाचित मनात म्हणशील ''हा प्रिस्क्रिप्शनही अशीच लिहीत असेल, तर ती लिहून होण्यापूर्वीच रोगी राम म्हणत असतील.'' पण नाना, प्रौढांची पत्रं म्हणजे काही तरुणांच्या प्रेमपत्रिका नव्हेत! त्यातून गेल्या पंचवीस वर्षांचे साठलेले प्रेम – करतोच पुरे आता. तुझ्या उत्तराची-वाट कशी बरं? - रोगी डॉक्टराची पाहतो तशी वाट पाहात आहे.

तुझा बाळमित्र
दादा देसाई

२

कालीगंज
कलकत्ता
ता. २४.३.३०

प्रिय दादा,

तू चक्रवाढव्याजाने परत केलेली गेल्या पंचवीस वर्षांतली प्रेमाची रक्कम मिळाली. किती आनंद झाला म्हणून सांगू! प्रकाश डॉक्टरीच्या परीक्षेत पहिल्या वर्गात आला तेव्हा अगर मी कार्पोरेटर झालो तेव्हाच काय तो इतका आनंद झाला होता मला.

कदाचित मुलगी चित्रकार झाल्यामुळे असेल—पण एखाद्या कलमबहादुराप्रमाणे पत्र लिहिले आहेस तू. माझा मुलगा हाडांचा डॉक्टर अन् मी पडलो व्यापारी; तेव्हा तुझ्याइतकं चांगलं पत्र लिहिणं जमणार नाही मला. पण-जाऊ दे ते.

दादा, गड्याचे सोंग घेऊन मी पुण्याहून पळालो तो काही दिवस गोमांतकात राहून मग थेट बंगाल गाठला. कानाला अगदी खडा लावून घेतला तेव्हा. वाङ्मयाच्या नादाने माथे असे भडकते म्हणून व्यापारात पडायचे ठरविले. टिळकांना झालेली शिक्षा, नाशिकचा खटला या साऱ्या गोष्टींमुळे आपल्या मुलखात यायचेच टाळले मी पाच-सहा वर्षे. इस्टेटीच्या लोभाने अगर हेव्यादाव्याने वारस पोलिसांना पुन्हा चिथावतील अशी भीती वाटत असे त्या वेळी मला.

नाव बदलून पाच-सात वर्षे एकाच्या पेढीवर काढली आणि कलकत्त्यात आलो. मग खरे नाव लावण्याचा धीरही आला. तिकडे जाऊन बायकोला व मुलाला आणले आणि महाराष्ट्राला कायमचा रामराम ठोकला. इथे आल्यावर मुलाची मुंज केली. इकडच्या बाजूचे प्रकाशकुमार असे छानसे नावही ठेवले त्याचे! मुंबईला एक प्रख्यात हाडांचा स्पेशालिस्ट डॉक्टर आहे. त्याच्या हाताखाली अनुभव घेऊन मग प्रकाशने परदेशला जावे असे माझे मत. म्हणून सहा महिन्यांपूर्वी त्याला मुंबईला पाठविला. बाकी त्या संस्थानिकांचे हाड मोडले ते प्रकाशच्या चांगलेच पथ्यावर पडले. मोठे डॉक्टर त्या दिवशी जाग्यावर नव्हते, त्यामुळे ते काम त्यानेच केले. संस्थानिक बेहद्द खूष आहेत त्याच्यावर. युरोपच्या यात्रेची सोय होण्याची खात्रीच आहे म्हणेनास.

हुषारीविषयी म्हणशील तर प्रकाशचा हात धरणारा लाखात मिळणार नाही. पण बेटा तुझ्या विद्युत्सारखाच विक्षिप्त आहे. गेल्या नाताळात मुंबईहून उठला तो लाहोरच्या काँग्रेसला गेला. मी त्याला किती वेळा सांगितले की, डॉक्टरचा राजकारणाशी औषधापुरतासुद्धा संबंध नाही. पण ते पटतेय कुठे त्याला? डॉक्टर होऊन खूप पैसा मिळीव आणि मग देशाला लाख-दोन लाखाची देणगी दे म्हटले की, नुसता हसतो झालं. डॉक्टरीच्या धंद्यामुळे मतंही मोठी तऱ्हेवाईक झाली आहेत त्याची! एकदा कसल्या तरी जुन्या आठवणी निघाल्या. तू नि मी ओंकारेश्वराच्या खालून नदीपलीकडे जात होतो पाहा. नदीच्या गुडघाभर पाण्यात काहीतरी पांढरे दिसले आपल्याला. ते पाहावयाला आपण दोघे जवळ गेलो अन् फडक्यात गुंडाळलेल्या त्या कोवळ्या पोराची आठवण झाली की अजून शहारे उभे राहतात माझ्या अंगावर. बोलता बोलता ही गोष्ट निघाली आणि चटकन प्रकाश म्हणाला,

"संततिनियमनाचं ज्ञान जर त्या विधवेला असतं तर ही हत्या सहज टळली असती!" कसं आहे या तरुणाचं तत्त्वज्ञान?

दादा, तू म्हणतोस तेच खरं. आपली रग काही या तरुण पिढीच्या अंगी नाही.

एकीकडून हे गांधीचं नेभळट तत्त्वज्ञान आणि दुसरीकडून युरोपातले भयंकर ब्रह्मज्ञान! प्रकाश कॉलेजात असतानाची गोष्ट. त्याने मला विचारले, ''वेल्स ठाऊक आहे का बाबा तुम्हाला?'' मी म्हटले, ''हो. शाळेत भूगोल फार चांगला होता माझा!'' पण हे उत्तर ऐकून आमचे प्रिन्स ऑफ वेल्स हसू लागले, तेव्हा कुठे मला कळले की, वेल्स हे इंग्लंडमधल्या लेखकाचे नाव आहे. असेल लेखक-आम्हाला काय त्याचे? आमच्याकडे काय कमी महत्त्वाचे ग्रंथ आहेत? व्यासाशी वेल्सची तुलना करा म्हणावे या तरुणांना! दर्यामें खसखस होईल त्याची!

प्रकाशच नव्हे. पण सारी तरुण पिढी अशीच बनत चालली आहे की काय कुणास ठाऊक! प्रकाशच्या पाठच्या दोन बहिणी आहेत. त्या बाहेर फिरायला निघाल्या की पाहावे. व्यापाऱ्याच्या मुली आहेत की सिनेमानटी आहेत हेच कळायचे नाही कुणाला! ''हे चोचले तू चालू का देतोस?'' असा प्रश्न तू करशील. पण काय करणार बाबा? या पोरींना आतून आईची फूस असते. घरातल्या यादवीत आई नेहमी मुलांच्या पक्षाला मिळायची हे ठरलेलेच आहे.

प्रकाशला युरोपला पाठवायचे मी लांबणीवर का टाकले हे आता तुझ्या लक्षात आले असेलच. काय नेम सांगायचा या नव्या पिढीचा? तिकडून एखादी पांढऱ्या पायाची सून घेऊन यायचे चिरंजीव! तेव्हा त्याचे दोन हाताचे चार हात करावे आणि मगच त्याला पुढल्या शिक्षणाकरिता पाठवावे म्हणतो मी. आतापर्यंत तो इथेच माझ्या नजरेखाली होता. पण गेल्या सहा महिन्यांत मुंबईला कुणा तरुणीवर प्रेम करायला लागला असला तर पंचाईतच व्हायची! पाहा बोवा तुझी विद्युत् प्रकाशला देत असलास तर! जवळ जवळ गेली दोन तपे आपण अगदी अंधारातच होतो, नाही का? हे लग्न झाले तर एकदम विद्युत्-प्रकाश पडेल या अंधारात! व्यापाऱ्यालासुद्धा कोटी करता येते हं, दादा.

सोबत प्रकाशचा अगदी अलीकडचा फोटो पाठवीत आहे. तो विद्युत्‌ला दाखीव. नुसता पोस्टाने तिच्याकडे पाठवू नकोस हं! मोठं बिकट आहे या अलीकडच्या पोरांचं तंत्र! काही तरी निमित्ताने तिला कराचीला बोलीव आणि तिच्या पोटात शिरून तिची कबुली घे.

विद्युत्‌चाही एक फोटो पाठवून दे. प्रकाशला चार दिवसांची रजा काढून मी बोलावतो आणि-खूप खूप लिहायचे होते; ते आता लग्नाच्या वाटाघाटीच्या वेळीच बोलू. पण छे, त्या वेळी तर मुळीच बोलणार नाही. काही झाले तरी माझा वरपक्ष आहे.

तुझा बाळमित्र
नाना प्रभू

३

करांची

ता. १५-४-३४

प्रिय मित्राचे सेवेशी,

कृ. सा. न. वि. वि.

फोटोची पोच पूर्वी दिलीच होती. जावई मला पूर्ण पसंत आहे. हुंडा म्हणून माझा दवाखानाच देईन मी त्याला.

तुला पाहावंसं वाटतं म्हणून विद्युत्‌ला एक दोन पत्रे लिहिली; तर पोरटी उत्तरात लिहिते काय? ''तुम्हाला मला पाहावंसं वाटतंय की आणखी कुणाला तसं वाटतंय?'' आहे की नाही? आपल्या बापाला असे लिहिण्याची माझीच काय पण माझ्या वडिलांचीही छाती झाली नसती! या विद्युल्लतेची चमक एवढ्यावरच थांबली नाही! ती पुढे लिहिते की ''मला तुम्ही पुष्कळदा पाहिलं आहे आणि पुढं पाहाल पण देशात सध्या काय चाललं आहे ते अधिक पाहण्यासारखं नाही का? महात्मा गांधी दांडीला गेले, मिठाचा कायदेभंग सुरू झाला — इत्यादी इत्यादी.'' मी जर गांधींबरोबर दांडीला गेलो असतो तर महिन्याच्या महिन्याला हिला तनखा कोण देणार होते? पण एवढा पोच या अलीकडच्या तरुणांना आहे कुठे?

वर्तमानपत्रे वाचून चहा पीत पीत देशभक्ती करणाऱ्या या तरुणांची नाडी आमच्यासारख्यांना कळत नाही की काय? मी बराच आजारी आहे. पत्र पोचताच निघून ये, अशी तार आताच केली आहे. वीज इमारतीवर पडू नये म्हणून ती तारेतून नेऊन जमिनीत सोडतात ना? तशीच युक्ती आहे ही.

तुझा

दादा

४

कलकत्ता

ता. २०.४.३४

प्रिय दादा,

विद्युत्‌चा फोटो मला आवडल्याचे तुला मागल्या पत्री लिहिलेच आहे. प्रकाश आल्यावर तो दाखवून मग सविस्तर पत्र लिहावे म्हणून इतके दिवस वाट पाहिली. पण त्याचा पत्ता नाही अजून! एकदा लिहितो-दवाखान्यात फार काम आहे.

दुसऱ्यांदा म्हणतो- मुंबईत चळवळ फार जोरात आहे. फोटो पोस्टाने पाठवावा तर तेवढ्यानेच बिनसायचं कदाचित! मोठी नाजूक झाली आहेत अलीकडच्या तरुणांची मनं! व्हायचीच! जसे शरीर तसे मन अशी म्हण आहे ना!

फोटो पाहण्याचा अवकाश! प्रकाश लगेच होकार देईल. प्रेमबीम या साऱ्या गप्पा आहेत दादा! जेवणात तूप आणि लग्नात रूप हेच खरं. एकदा वाटते की, स्वतःच उठून मुंबईला जावे आणि पण इथला व्याप काही कमी नाही. महिनाभर मागे पुढे- पण तू नि मी व्याही होणार हे आता अगदी निश्चित!

तुझा बाळमित्र
नाना

५

कराची
ता. २५.४.३४

प्रिय मित्राचे सेवेशी

कृ. सा. न. वि. वि. -

नाना, काय विचित्र योगायोग पाहा! मी त्या दिवशी विद्युत्‌ला तार करून घटका झाली नाही तो तिचीच तार आली मला. बरोबरीच्या काही मित्रमैत्रिणींसह कोकण व गोमांतक पाहण्याकरिता त्याच दिवशी मुंबईहून गेली ती. चित्रकाराच्या दृष्टीने तो प्रदेश पाहण्यासारखा आहे हे खरे; पण पाहायला काही काळवेळ नको का? देशात चहूकडे आग पेटली आहे! आणि मित्रमैत्रिणींचे हे टोळके चाललंय सुंदर देश पाहावयाला. मागच्याच पत्रात पोरटीने आजीबाईचा आव आणून केवढा उपदेश केला होता मला! आता परत आल्यावर तिचंच पत्र तिला वाचायला देतो!

"मधून मधून मी खुशाली कळवीन; पैशाची काही जरूर नाही." असे ती तारेत म्हणते. प्रवासाला निघालेल्या माणसाला पैशाची जरुरी नाही! तुझ्या प्रकाशचे ते संततिनियमनाविषयीचे बोलणे अशा वेळी आठवते आणि मनात कसे चर्र होते! आई-बापांची हृदये आपल्यासाठी तिळतिळ तुटत असतात याची या पोरांना कल्पना तरी असते का?

विद्युत् मुंबईला आपल्या चुलत मावशीच्या घरी राहते. त्या पत्त्यावर तिला आज अगदी खरमरीत पत्र पाठवले आहे.

तुझा
दादा

६

कलकत्ता

ता. १.५.३४

प्रिय दादा,

ही तरुण मंडळी इथून तिथून सारखी! तुझी विद्युत् गोमांतक बघण्याकरिता निघून गेली. आमचा प्रकाश दुखावलेल्या हाडाच्या सुजेवर कसलीशी वनस्पती आंबोलीच्या जंगलात आहे म्हणे, ती शोधण्याकरिता एकाएकी निघून गेला आहे! कसा आहे मामला? तारुण्य म्हणजे वारं हे खरं! प्रकाशला असा चापणार आहे मी आता!

तुझा

नाना

७

कराची

ता. २०.५.३४

प्रिय मित्राचे सेवेशी,

कृ. सा. न. वि. वि. -

मध्यंतरी विद्युत्ची दोन-तीन पत्रे आली. पण सारी दोन ओळींची. अजून ती गोव्यात गेलेली दिसत नाही. एका पत्रावर बेळगावचा छाप होता. दुसऱ्यावर सावंतवाडीचा! तिकडल्या सृष्टिसौंदर्यात अगदी गुंग झालेली दिसते ती! आता काय? माडांच्या बागांत आणि आंबराईत प्रेमाच्या कानगोष्टी करणाऱ्या चित्रांना बहर येणार! नाना, कला, सौंदर्य वगैरे वगैरे आमच्या वेळेला काही नव्हतेच का रे? पण त्याच्यापलीकडे काही आहे हे कळतच नाही या तरुणांना! नाही तर आम्ही वंगभंगाच्या वेळी तुझ्या खोलीत कर्झनचा एक फोटो जाळला होता ते आठवते ना?

तुझा

दादा

ता. क. - पत्र पाकिटात घालता घालता विद्युत्चे पत्र मिळाले. दुसऱ्याकडून लिहवले आहे हे तिने! कुठल्याशा डोंगरावर सृष्टिसौंदर्य पाहायला गेली होती, ती पाय निसरून पडली आणि उजव्या हाताच्या मनगटाचे हाड दुखावले म्हणे तिचे!

सिंहगडावर पूर्वी आम्ही धावत चढलो होतो; आणि ही आजची पिढी-जाऊ द्या! आपलेच ओठ आहेत. एक मात्र बरे झाले. मनगट मोडल्यामुळे ती पुढल्याच आठवड्यात इकडे येत आहे. तिचा हा अपघात म्हणजे अगदी ईश्वरी नेमानेमच वाटतोय मला. प्रकाशला तिचा हात पाहण्यासाठी इकडे पाठवून दे. त्याने तो एकदा हातात घेतला म्हणजे तूही सुटलास आणि मीही सुटलो.

तुझा
दादा

८

कलकत्ता
ता. २५.५.३४

प्रिय दादा,

तुझे पत्र पोहोचले. विद्युत्‌चा दुखावलेला हात नाटके-कादंबऱ्या लिहिणारांच्या चांगलाच उपयोगी पडला असता; पण आम्ही पडलो या रूक्ष व्यवहारातली माणसे. प्रकाशला कराचीला जा म्हणून पत्र पाठवायला त्याचा नक्की पत्ता तरी ठाऊक हवा ना मला? तो तिकडे आंबोलीच्या आसपास आहे त्या वनस्पतीच्या शोधात! आठ दिवसांपूर्वी त्याचे पत्र आले होते; त्याच्यावर कुठल्या तरी खेड्याच्या पोस्टाचा छाप होता.

तू स्वत: डॉक्टर आहेस आणि कराचीतही खूप चांगले डॉक्टर असतील! त्यामुळे विद्युत्‌च्या हाताची काळजी वाटत नाही मला इतकी! पण त्या वनस्पतीच्या नादात प्रकाशने पुढे येण्याची केवढी चांगली संधी दवडली पाहा. तुला अजून कळली नसेल कदाचित ती बातमी. कोकणातल्या खेड्यापाड्यात कायदेभंग अगदी जोराने सुरू आहे म्हणे. सोबत 'हिंदीस्थान' या इथल्या दैनिकातले कात्रण पाठवीत आहे ते वाचून पाहा, म्हणजे समजेल. तिकडे मराठी वर्तमानपत्रांकडे या बातम्या जाऊच देत नसेल सरकार! पण एका स्वयंसेवकांच्या पथकात एक बंगाली तरुण होता. त्याने ही बातमी गुपचूप आपल्या घरी कळविली आणि तिथून ती हिंदीस्थानाला मिळाली. प्रकाशने जाऊन त्या शूर मुलीच्या हाताचे हाड नीट बसविले असते तर पुढल्या धंद्याच्या दृष्टीने ते किती छान झाले असते. पण तो बसलाय वनस्पती शोधीत!

तुझा
नाना

९

हिंदीस्थानमधील उतारा

''खरी राष्ट्रकन्या''

''ता. १५ मे रोजी कोकणातील आंबराई या गावी मुंबईच्या स्वयंसेवक पथकाने समुद्राचे पाणी आणून कायदेभंग करण्याचे ठरविले. पोलिसांचा बंदोबस्त अगदी कडेकोट होता. पथकाच्या अग्रभागी कु. चपलाबाई हातात तिरंगी झेंडा घेऊन चालल्या होत्या. पोलिसांनी मनाई केलेल्या जागेत डॉ. किरण व इतर स्वयंसेवक यांच्यासह त्या जाऊ लागल्या. लाठी सुरू झाली तरी स्वयंसेवक मागे म्हटले नाहीत. चपलाबाईंच्या उजव्या हाताच्या मनगटावर घाव बसले तरी त्यांनी हातातील झेंडा सोडला नाही. मात्र त्यांचे मनगट चांगलेच दुखावले आहे. पथकातील डॉ. किरण यांनी त्यांचे दुखावलेले हाड नीट बसविले. नाही तर इकडील खेडेगावात तज्ज्ञ डॉक्टर मिळणे शक्य नाही. किरण नसते तर कु. चपलाबाईंचा उजवा हात जन्माचाच निकामी झाला असता. चपलाबाई व किरण यांचा वेष महाराष्ट्रीय पद्धतीचा आहे; पण बाईंना गुजराथी व डॉक्टरांना बंगाली चांगलेच येते. हिंदुस्थानच्या इतिहासात यापुढे गुजराथ व बंगाल सुवर्णाक्षिरांनी लिहावी अशी कृत्ये करणार आहेत हेच यावरून सिद्ध होत नाही काय? पोलिसांनी आज डॉ. किरण यांना अटक केली. मोडलेली हाडे बसविणारे डॉक्टर जोपर्यंत जवळ आहेत तोपर्यंत स्वयंसेवक आपल्याला भीक घालणार नाहीत असे त्यांना वाटत असावे! पण ही समजूत खोटी आहे हे लवकरच त्यांच्या अनुभवाला येईल. कु. चपलाबाई यांना प्रसिद्धीचा तिटकारा असल्यामुळे त्यांनी आपला फोटो कुणालाच काढू दिला नाही.''

१०

कराची

ता. २९.५.३४

प्रिय नाना,

विद्युत् काल इथे आली. डोंगरावरून पडून तिच्या मनगटाचे हाड बरेच दुखावले असावे पण कोकणातल्या डॉक्टरने ते चांगले बसविले आहे. मात्र अजून आठपंधरा दिवस त्या हाताने तिला दोन ओळीसुद्धा लिहिता येणार नाहीत. कोकणातल्या

खेड्यात इतका कुशल डॉक्टर मिळावा हे आश्चर्य नव्हे का? साराच दैवाचा खेळ! मावशीला माझी परवानगी आहे असे खोटेच सांगून ही कोकणात गेली होती. त्याचेच प्रायश्चित्त आहे हे.

हिंदीस्थानमधील उतारा दाखवून (त्याचे भाषांतर आता मराठी वर्तमानपत्रातून सुद्धा आले आहे.) मी विद्युत्‌ला म्हटले, "कोकणात जाऊन पराक्रम गाजवणारी ही गुजराथी मुलगी पाहा." "बघू या." असे म्हणून त्या मजकुरावरून पुन्हा दृष्टी फिरवून तिने विचारले, "कुठं आहे ती? यात फोटोबिटो काहीच नाही-"

"फोटो द्यायला अलीकडची नटवी तरुणी नाही ती." मी थोडासा रागानेच म्हणालो. पण तिने हसत हसतच प्रश्न केला. "ही कु. चपला म्हातारी आहे असं का तुम्हाला वाटतं दादा?" काय उत्तर देणार असल्या प्रश्नाला? सगळीच तरुण मंडळी काही थिल्लर नसतात हे मात्र खरे!

तुझी व प्रकाशची सारी हकीगत मी तिला सांगितली. "मला लग्नच करायचं नाही." म्हणून सांगितलंन पोरीनं! अजून फोटो दाखविला नाही मी प्रकाशचा! म्हटलं इतक्यात तो मुंबईला परत आला तर प्रत्यक्षच पाहीलही त्याला! पण नाना, पोरीचं लक्षण काही ठीक नाही दिसत! कुणा भलत्याच जातीच्या माणसाशी लग्न करते म्हणून हट्ट घेऊन बसली तर काय करायचं? तारुण्य म्हणजे नुसतं वारं हे तुझं म्हणणंच खरं! या वाऱ्याची मोट कशी बांधायची!

तुझा
दादा

११

कलकत्ता
ता. ४.६.३४

प्रिय दादा,

तू विचारतोस, वाऱ्याची मोट कशी बांधावयाची! पण वारं एकच नाही; दोन आहेत ती! काल प्रकाशचे पत्र आले. कुठून? तर रत्नागिरीहून. तुरुंगात जाता जाता टाकविलं आहे हे कुणा स्नेह्याकडून. वनस्पती शोधता शोधता बेकायदेशीर मीठ सापडले त्याला! आहे की नाही विद्वान? शिक्षा सहा महिन्यांची झाली आहे. पण मागचे ते संस्थानिक असल्या कायदेभंगवाल्याला परदेशी जाण्याकरिता पैसे देतील का आता?

ही एक गोष्ट झाली. दुसरी लग्नाची. त्याने म्हणे त्या कु. चपलेला लग्नाचे वचन दिले आहे! चांगली बायको शोधून काढलीन! तिचा हात बरा झाला तर ठीक; नाही तर स्वयंपाकाची पाळीसुद्धा याच्यावर यायची! तिचा बाप काय करतो, घरची स्थिती कशी आहे, याच्याविषयी एक अक्षरसुद्धा नाही पत्रात. तुरुंगात लग्ने होत नाहीत म्हणून बरे आहे; नाही तर लग्नपत्रिकाच यायची आम्हाला रत्नागिरीहून! काय करावं ते अगदी सुचेनासे झाले आहे. तारुण्य म्हणजे शुद्ध वारं पण हे वारं काय करतं? झाडं मोडतं, होड्या बुडवितं आणि डोळ्यात धूळ घालतं. काही सुचत नाही अगदी.

तुझा
नाना

१२

तार

कराची
ता. ४.६.३४

विद्युत्‌ला प्रकाशचा फोटो दाखविला. तिची पूर्ण संमती. प्रकाश कुठं आहे? त्याला तारेने बोलीव.

दादा

१३

तार

कलकत्ता
ता. ५.६.३४

प्रकाश रत्नागिरीच्या तुरुंगात आहे. तो विद्युत्‌शी लग्न करील असे वाटत नाही. सविस्तर पत्र काल पाठविले आहे.

नाना

१४

कराची

ता. ८.६.३४

प्रिय नाना,

तारुण्य म्हणजे वारे हे तुझे म्हणणे अक्षरश: खरे आहे. पण या वाऱ्याचे प्रताप मात्र तुझ्या वर्णनापेक्षा पुष्कळदा निराळे होतात. हे वारे उकाड्याने शिजून निघणाऱ्या शरीराला शीतलता देते, बागेतल्या कळ्या उमलविते आणि पळून जाणाऱ्या ढगांना पकडून आणून पृथ्वीला पाऊस देते.

काव्याची स्फूर्ती व्हावी असाच प्रसंग आहे हा! तुझी तार विद्युत्‌ला दाखविणे अगदी जीवावर आले माझ्या. मी गप्पच बसलो. पण तारेतली बातमी ठाऊक नसतानासुद्धा ती तीन-चार दिवस फार उदास का आहे हे मला कळेना. ती फिरायला गेली असताना तिच्या टेबलाची मी मुद्दाम तपासणी केली. ड्रॉवरला कुलूप होते. टेबलावर चिठ्ठीचपाटी काही नाही. सहज टेबलाखालच्या टोपलीकडे नजर गेली. किती फाडलेले कागद पडले होते तिच्यात! पोरीला हाताने काही लिहायला येत नाही अजून. मला शंका आली. कागद कुठून आले हे? चटकन त्यातील काही उचलून पाहिले; सारे फाडलेले नोटपेपर. चिठोऱ्यावर लहान मुलासारख्या अक्षरांत 'प्रिय', 'पोचले', 'प्रकाश', 'तुरुंगात', 'लबाड', 'किरण', 'हात' असले शब्द दिसले मधून मधून. अक्षर मनासारखे न आल्यामुळे कागद फाडून टाकले असावेत तिने. लगेच ड्रॉवरचे कुलूप फोडून मी पाहिले. वरच रत्नागिरीच्या छापाचे पत्र! ते पत्र म्हणजे काय? कबुलीजबाबच. तुझ्या भीतीने प्रकाशने किरण हे नाव घेतले. पण- आणि तुझ्या प्रकाशची चपला म्हणजे विद्युत्. तिचा दुखावलेला हात- सारे सारे येईल आता तुझ्या लक्षात! विद्युत् बाहेरून फिरून आली तेव्हा मी तिला म्हटले, "विद्युत् कलकत्त्याहून पत्र आलंय तुझ्या सासऱ्याचं!"

"काय म्हणतात ते?" गंभीर मुद्रेने तिने विचारले.

"तुझं सासरचं नाव चपला ठेवणार म्हणतात ते!"

पोरगी चपापली, हसली आणि लाजेने तिने माझ्या कुशीत असे तोंड लपविले म्हणतोस! अगदी लहान पोरीसारखं!

तुरुंगात एकच पत्र वाचायला देतात म्हणे. तेव्हा प्रकाशच्या पत्रात माझा म्हणून एवढाच मजकूर लिही—

"लग्न आंबोलीच्या जंगलातच करू या."

नाना, आम्ही प्रौढ माणसं म्हणजे जुन्या काळच्या मशाली? पण ही पोरं? नुसता विद्युत्प्रकाश!

तुझा
दादा
(१९३४)
■

विस्तवाशी खेळ!

काकडीचा मधुर कायरस चाखता चाखता मी निर्मलेला म्हटले, ''फडक्यांच्या नायिकांतसुद्धा आढळणार नाही हा गुण!''

''कसला?'' तव्यावरली भाकरी निखाऱ्यावर टाकीत तिने विचारले,

''हा भलता हातगुण—''

''म्हणजे? मी चोर आहे वाटतं?'' तिने मान वळवून लटक्या रागाने माझ्याकडे पाहात म्हटले. निखाऱ्यावर फुगत चाललेल्या भाकरीसारखाच तिचा असला रुसवा-फुगवा असे, त्यामुळे संभाषणाला नेहमीच अधिक गोडी येई. म्हणून मी लगेच उत्तरलो, ''तू चोर आहेस हे सांगायला साक्षीदार कशाला हवा?''

''कधी केली मी चोरी?'' तिने उन्हउन्हीत भाकरी माझ्या पानात घालीत विचारले.

''नाही आठवत?''

''अं हं.''

''चार वर्षं झाली.''

''सापडली की नाही चोरी?''

''चोराला शिक्षासुद्धा झाली!''

''कसली?''

''जन्मठेप.''

''अगदी अंदमान?''

''हो, मुंबईच्या मानाने कोकण म्हणजे अंदमानच की.''

ती हसू लागली.

''चोरीची नक्की तारीख सांगू का?''

''भारीच तीव्र आहे हं इकडची स्मरणशक्ती!''

''चार वर्षांपूर्वीची संध्याकाळ. आठवतीय का? माझ्यासारखा एक अनोळखी तरुण मुंबईतल्या एका बिऱ्हाडी गेला. तुझ्यासारख्या एका अठरा-एकोणीस वर्षांच्या मुलीनं चहा आणून दिला त्याला. चहा पिऊन तो बाहेर येतो तो काय?—''

''काहीतरी हरवल्यासारखं वाटलं त्याला, होय ना?''

"अट्टल भामट्याबद्दल प्रसिद्धच आहे मुंबई!"

"पण साक्षीपुराव्यावाचून एखाद्याला भामटा म्हणणं—"

"तोंडी पुरावा आधी दाखल करतो. अग सुधा, अग सुधा!"

"इश्श, हे काय?"

"साक्षीदाराला बोलावला. पुरावा पाहिजे ना तुला त्या चोरीचा?"

इतक्यात तीन वर्षांची चिमुकली सुधाच सोफ्यावरून धावत धावत आत आली.

"चिपाई आलाय दादा!"

"शिपाई!" निर्मला सुधेच्या तोंडाकडे आश्चर्याने पाहात उद्गारली.

"फुगलेली भाकरी करपली हं!" तिच्या भित्रेपणाची थट्टा करण्याकरिता मी म्हटले. मानेला एक मधुर निषेधार्थक झटका देत ती लगबगीने बाहेर गेली.

ते झाले होते असे— सहा महिन्यांपूर्वी कायदेभंगाची चळवळ पुन्हा सुरू झाली ना? तेव्हा सरकारने भराभर भयंकर ऑर्डिनन्स काढले. सत्याग्रही माणसाला कुणीही मदत करू नये, केल्यास-इत्यादी. निर्मला मूळचीच भित्री, त्यात हा ऑर्डिनन्सचा बागुलबोवा! एवढ्यावर नाही हे संपले. त्या वेळी एके दिवशी मध्यरात्री खादीचे कुडते घातलेला एक दाढीवाला आमच्या घरी आला. तो नि मी पहाटेपर्यंत बोलत बसलो होतो. निर्मलेला ते सारे कसेसेच वाटले. सत्याग्रहाविषयीच्या या सहानुभूतीने सुखवस्तुपणाची हायस्कूलची हेडमास्तरकी मी गमावून बसेन की काय अशी भीती पदोपदी तिच्या मनात उत्पन्न होई. यामुळे 'शिपाई' हा शब्द ऐकला की ती अगदी गोंधळून जात असे.

माझी भाकरी संपते इतक्यात ती आत आली व हसत हसत म्हणाली "हात्तिच्या! काय भिववलं मला पोरटीनं! पोस्टाचा शिपाई आहे तो!"

शाळेतल्या रिकाम्या जागेकरिता तारेने कुणी अर्ज पाठविला की काय, हे मला कळेना. पण निर्मलेची थट्टा करण्याकरिता मी म्हणालो, "कसलं वॉरंट आणलंय शिपायानं?"

"दोन रुपये सात आण्याचं!"

माझ्या काहीच लक्षात येईना. तिने खुलासा केला,

"व्ही. पी. आलीय एक."

"कसली?"

"कादंबरीची!"

"फडक्यांची झालीय वाटतं नवी एखादी?—"

तिने होकारार्थी मान हलविली.

"नाव काय?"

"निरंजन—"

"काहीतरीच सांगतेस. अल्लख निरंजनाशी फडक्यांच्या पात्रांचा काय संबंध?"

घाईघाईने हात धुऊन "पाकिटातले पैसे घेते हं—" असे म्हणत ती बाहेर गेली.

माझी निर्मला म्हणजे फुलपाखरू होते नुसते. फडक्यांची नवी कादंबरी म्हणजे तिच्या दृष्टीने नुकतेच उमललेले सुंदर फूल! मग तिने त्याच्याकडे धाव घ्यावी यात नवल कसले! पण लगेच माझ्या मनात आले— हे फुलपाखरासारखे आयुष्य बरं का? जगात सगळीकडे फुलेच असती तर गोष्ट निराळी! पण तसा कुठे अनुभव येतो? आयुष्यात फुले थोडी, काटे फार!

या विचाराने माझे मलाच हसू आले. जगात काटे फार असतील. पण माझ्या जीवनमार्गावर तर फुलेच फुले होती ना? निर्मला—सुधा, सुखवस्तुपणाची नोकरी? लग्नमंडपात स्मशानवैराग्याचे विचार एखाद्याच्या मनात येणे बरे का?

कपडे घालता घालता या विचित्र विचाराचा उगम माझ्या लक्षात आला. शाळेतल्या त्या रिकाम्या जागेकरिता आलेले पन्नास साठ अर्ज मी सकाळीच वाचले होते. पंचवीस रुपयांची नोकरी! जाहिरातीत मॅट्रिक पाहिजे म्हणून लिहिले होते. पण अर्जांत चार-पाच पदवीधरांचेसुद्धा अर्ज होते. त्यांचेही खरेच होते एका दृष्टीने. पदवीधर मॅट्रिक असतोच की! ते अर्ज आणि त्यातील ती केविलवाणी भाषा वाचता वाचता माझे मन कसे खिन्न होऊन गेले होते.

वाटले— हे सारे पंचविसाच्या आतील तरुण! वय, विद्या वगैरे दृष्टींनी फडक्यांच्या कादंबऱ्यांतल्या नायकांत आणि यांच्यात काय अंतर आहे? या पन्नास-साठ तरुणांत चार दोन तरी बुद्धिवान असतीलच की नाही? लाथ मारीन तिथे पाणी काढीन असे म्हणण्याचे हे त्यांचे वय! मग यांनी असे हातपाय का गाळावे? पंचवीस रुपड्याच्या जागेकरिता इतके का धडपडावे? टेबलावर पसरलेले ते अर्ज पाहून माझ्या डोळ्यांपुढे जे चित्र उभे राहिले ते— कुणी काही म्हणो, कागदाचा तो पसारा पाहून लग्नघराबाहेर उष्ट्या अन्नाकरिता धडपडणाऱ्या भिकाऱ्यांची आठवण झाली मला.

आणि त्याच वेळी मनात आले - कादंबरीतले जीवन म्हणजे अमृत! पण सत्य सृष्टीतले आयुष्य हे विष आहे नुसते. अमृत पिऊन अमर झालेल्या देवाशी विषाने तडफडणाऱ्या माणसाची तुलना करण्यात काय अर्थ आहे!

निर्मला विडा घेऊन आली. तो तोंडात टाकीत मी म्हटले, "केवढीशी आहे कादंबरी?"

"तीनशे पानांची."

"मग काय! संध्याकाळच्या चहापर्यंत पुरी होईल?"

"अधाशीपणानं वाचते खरी मी!"
"हा अधाशीपणा नव्हे!"
"मग काय खादाडपणा वाटतं?"
"छे! फुलपाखराचा स्वभाव आहे हा? ती मध गोळा करीत या फुलावरून त्या फुलावर जातात! तू या पानावरून त्या पानावर—"
"फुलपाखरापेक्षा मधमाशीच आहे मी!"
"ती कशी?"
"वाचता वाचता चांगल्या भागावर मी खुणा करते. तो खरा मध आयताच मिळतो आपल्याला!"
मला हसू आले. पण सायकलकडे जात मी म्हटले, "मी नाही म्हणणार तुला मधमाशी. एकदा तरी कुणाला केलाहेस का दंश?"

●

सायकलवरून माझे शरीर शाळेकडे जात होते. पण मन विचाराच्या विमानातून कुठे फिरत होते ते माझे मला कळेना. सायकलपेक्षाही अधिक चपलतेने ते विमान वळणे घेत होते. फडक्यांच्या लालित्यपूर्ण कादंबऱ्या— टेनिसच्या खेळासारख्याच नाहीत का त्या? पण आयुष्य हा टेनिसचा गुळगुळीत खेळ नाही! तो क्रिकेटचा दणदणीत—
शाळेत प्रार्थनेच्या वेळी चाललेले महाराष्ट्रगीत ऐकू येऊ लागले.
"अटकेवरि जेथील तुरंगिं जल पिणें।
तेथ अडे काय जलाशय नदाविणें।।"
सायकलच्या पिशवीतला अर्जाचा भारा माझ्या डोळ्यांपुढे उभा राहिला! एके काळी आमचे घोडे अटकेचे पाणी पीत होते; आणि आज? जिथल्या तिथे पेंड खाऊ लागले आहेत ते! पेंड तरी कुठं मिळतेय त्यांना?
शिपायाच्या हातात सायकल देऊन मी माझ्या खोलीत गेलो.
"तेथ अडे काय जलाशय—" हा चरण गुणगुणत मी आत पाऊल टाकले तो एक पंचवीस-सव्वीस वर्षांचा गृहस्थ खुर्चीवर बसलेला! मळकट कपडे, किंचित पिंजारल्यासारखे दिसणारे केस, उदास चेहरा, शून्य दृष्टी- मला वाटले कुणी वेडा तर नाही ना दार उघडे पाहून आत येऊन बसला? पण त्या गृहस्थाने लगेच उठून नमस्कार केल्यामुळे ही शंका नाहीशी झाली.
"काही काम आहे का माझ्याकडं?" मी खुर्ची पुढे सरकावून घेत प्रश्न केला.
"आताच मोटारने आलो. आपल्या शाळेत एक जागा रिकामी—"
"आज भरणार आहोत आम्ही ती! पण मॅट्रिक मनुष्य पाहिजे आम्हाला?"
"मी अंडरग्रॅज्युएट आहे."

किंचित आश्चर्याने मी विचारले ''कुठपर्यंत शिकलाय आपण?''

''डॉक्टरीच्या पाचव्या वर्षांत होतो?''

''एम.बी.बी.एस.च्या?''

''हो!''

घोड्याचे रूपांतर उंटात होण्यापैकी चमत्कार होता हा! डॉक्टरीच्या मार्गावरला मनुष्य शाळामास्तर व्हायला येतो! पुन्हा मनात शंका आली— वेडा तर नाही ना हा? दूरदर्शीपणाने मी म्हटले, ''कायम शिक्षक नेमायचाय आम्हाला.''

''कायम राहायला तयार आहे मी.''

''मग एम.बी.बी.एस. कसे होणार तुम्ही?''

''कधीच सोडून दिला मी तो नाद!''

नाद सोडून दिला! चांगले सुंदर घर बांधायचे आणि वर छप्पर घालायचे नाही त्यातलाच हा एक प्रकार! माझे आश्चर्य द्विगुणित झाले.

''का सोडून दिलात तो नाद?'' मी प्रश्न केला. तो करताना त्या गृहस्थाला दुसरा कसला नाद तर नसेल ना, असा संशय मात्र मनात उभा राहिला.

''शिकण्याची उमेदच जळून गेली माझी!''

शिकत असताना याचे सुंदर मुलीशी लग्न झाले असेल आणि ती मृत्युमुखी पडली असेल! माझ्या मनात कल्पना चमकून गेली. निर्मलेवरल्या माझ्या प्रेमाची आठवण होऊन मी सहानुभूतीने म्हटले, ''अरेरे!''

''त्यात चूक माझीच होती मास्तरसाहेब! पण चुकीनं मनुष्य मोटारखाली सापडला तरी तो मरतोच! नाही?''

तो थोडासा हसला; पण दगड घासून साफ केला म्हणून तो द्रवतो थोडाच! त्याचा हास्ययुक्त चेहरा मला तसाच भकास वाटला.

''काय चूक झाली तुमची?'' काही तरी बोलायचे म्हणून मी बोललो.

''विस्तवाशी खेळलो मी!''

''म्हणजे?''

''काय करायचीय ती कर्मकथा? विस्तवावाचून जगात कुणाचंच चालायचं नाही. पण त्याच्याशी खेळलं की मनुष्य असा भाजून निघतो म्हणता! आठवण झाली की, अजून कशी आग पेटते इथं!''

त्याने दोन्ही हातांनी आपली छाती घट्ट आवळून धरली. त्याच्या पापण्यांच्या कडा किंचित ओलसर झाल्यासारख्या दिसल्या. मला त्याच्याकडे पाहवेना. त्याला जागा द्यावी का देऊ नये याचा निर्णयही होईना. पण त्याच्यासाठी काही तरी करावे असे मात्र वाटू लागले.

''संध्याकाळी घरी भेटाल का तुम्ही मला? म्हणजे शांतपणानं—''

"बरं—" म्हणून नमस्कार करून तो निघून गेला.

मी सातवीचे इंग्रजी घ्यायला गेलो. गोष्टीचा मथळा 'व्हॉट मॅन हॅज मेड ऑफ मॅन?' हा होता. माझ्या मनात आले— मनुष्यच मनुष्याचा सत्यानाश करतो! छे, मघाचा तो गृहस्थ काय म्हणाला? "विस्तवाशी खेळलो मी!" माणसे विस्तवासारखी असतात का? असतील कदाचित! निर्मलेसारख्या फुलपाखराबरोबर आनंदाने खेळणारा मनुष्य मी! काय करायचंय मला त्या विस्तवाशी?

●

स्टोव्हचा उच्च स्वर आत ऐकू येत होता. कपडे काढताच "काय छुधी?" करीत आत जायचे हा माझा नित्यक्रम! पण बाहेर शेंदरीवर पडलेले पुस्तक बघताच मला सकाळच्या कादंबरीची आठवण झाली. वाटले राणीसरकारनी बहुधा खालसा केले असेल राज्य! उत्सुकतेने मी ती कादंबरी उचलली आणि चाळू लागलो. निर्मलेने नटविलेली सुधा पाहण्यात जसा मला आनंद वाटे तसा तिने खुणा केलेले पुस्तक पाहूनही होई. चाळता चाळता पस्तिसाव्या पानावर निळ्या पेन्सिलने रेखांकित केलेले एक वाक्य दिसले—

"माणसाचे मन हे काही एक रासायनिक द्रव्य तर नसेल, की,
ज्यावर अनुभवातील निरनिराळ्या सूक्ष्म वायूंची रासायनिक
क्रिया घडावी व ती आपल्या लक्षात मात्र येऊ नये!"

"सिद्धान्त ठोकून देण्यात पटाईत असतात हे लेखक!" निर्मलेच्या निर्मल मनाचा विचार करीत मी स्वत:शीच म्हटले व पुढली पाने उलटली. पंचावन पानावर एक तांबडी खूण होती. पण तो मजकूर वाचायच्या नादाला न लागता पुढची पाने चाळू लागलो. मला आश्चर्य वाटले— पुढे कुठेच खूण नाही! म्हणजे? निर्मलेने साऱ्या दिवसात पंचावन्न पाने वाचली आणि तीही फडक्यांच्या कादंबरीची! पौर्णिमेदिवशी चंद्र रात्री दहा वाजता मावळला म्हणून कुणी सांगितले तर ते सुद्धा एक वेळ मी खरे मानले असते. पण—

पंचावन्न पान काढून पाहतो तो त्यात खुणेची फीत! निर्मला या पानापुढे गेली नाही खास! त्या पानावर तांबड्या पेन्सिलीची नुसती खूण नव्हती. एक मोठे प्रश्नचिन्ह काढले होते पुढे. निर्मलेच्या मार्मिकतेचे कौतुक वाटून मी तो मजकूर वाचू लागलो—

"आपल्या बोलण्याचालण्यांनी तो त्यांची प्रणयोत्सुकता अधिक
उत्तेजित करी हे जरी खरे असले, तरी या साऱ्या प्रकारात स्त्री-
हृदयावर आपले केवढे आकर्षण घडते याचा प्रत्यय घेण्यापलीकडे
श्रीचा कसलाच हेतू नसे. हा प्रत्यय घेण्याची क्रीडा तारुण्यातल्या
प्रमत्त आनंदाचा एक भागच होय. ती ज्यांनी कधी केली नसेल

ते अभागी होत.''

आणखी एक सिद्धान्त! मला हसू आले. पण इतक्यात पंचमात गाणारा स्टोव्ह खालच्या सुरात गुणगुणू लागला. आधण किटलीत जाऊन पडल्याची खूण होती ती! मी स्वयंपाकघरात गेलो. सुधा स्टोव्हपाशी बसून पंप करण्याचा प्रयत्न करीत होती. तिला दूर लोटून निर्मला जरा चिडखोरपणानेच म्हणाली, ''हुळहुळतेय सारखी पोरटी!''

''चहा करायला शिकतेय ती! सुगृहिणी होण्याचा बेत असावा तिचा!''

''सुगृहिणी व्हायला लग्न तर झालं पाहिजे ना?''

''न व्हायला काय झालं? हुबेहूब आईसारखी दिसते ती! आईचं झालंच की नाही?''

चहा गाळीत निर्मला म्हणाली, ''पण विस्तवाशी खेळणं बरं का? एखादे वेळी—''

मी एकदम दचकलो. दुपारच्या त्या गृहस्थाचे शब्द आठवले. त्याची मूर्ती डोळ्यांसमोर उभी राहिली. स्टोव्हकडे बोट दाखवीत मी सुधाला म्हटले, ''बाऊ आहे हा हं मोठा. आपण खेळू नये त्याच्याशी?''

''आई कची—'' लहान मुलांना उत्तरे देण्यापेक्षा त्यांचे तोंड बंद करणे, सोपे असते. बशीतले शंकरपाळे तिच्या हातात देऊन मी याच मार्गाचा अवलंब केला.

चहा पिता पिता मी निर्मलेकडे पाहिले. किती उदास दिसत होता तिचा चेहरा!

''काय होतंय तुला?'' मी विचारले.

''इश्श!''

''काही तरी होतंय खास!''

''इकडून शाळेत जाणं होतं की दवाखान्यात—''

''असं थट्टेवारी नेलं म्हणून खरं लपत नाही काही! तासाला पंचावन्न पानं वाचणारी तू! पण आज त्या नव्या कादंबरीची—''

अंग शहारल्यासारखे करीत ती म्हणाली, ''होतंय खरं काही तरी मला!''

''ताप येणार असेल!'' तिने अंग शहारल्यासारखे केले होते. तेवढ्यावरून मी रोगनिदान केले. ''स्वस्थ पड तू जरा. सुधा खेळत असेल मागील दारी. मोलकरीण ठेवील तिच्यावर लक्ष.'' मी वैद्यकीय सल्ला दिला. निर्मला एरवी सहसा अंथरुणावर पडून राहणारी नव्हती; पण ती आज चटकन जाऊन निजली तेव्हा मला आश्चर्य वाटले! सुधाने मागील दारी आंब्याची एक कोय पैदा केली होती. माझ्याकडे पाहात ती म्हणाली, ''यात झ्याल हुईल ना दादा?''

''होईल'' म्हणून मी आत आलो. निर्मलेचे कपाळ चेपावे व अंग ऊन झाले असल्यास थर्मामीटर लावून पाहावे असा माझा इरादा होता. पण माजघरात येतो

तो दुपारचा तो गृहस्थ सोप्याच्या पायऱ्या चढत असलेला दिसला. एकदा वाटले 'उद्या सकाळी ये' म्हणून सांगावे त्याला. पुन्हा विचार केला उगीच हेलपाटा कशाला द्या त्याला? खोलीत जाऊन निर्मलेच्या अंगाला हात लावून पाहिले. कपाळ खूप तापले होते. पण अंग काही— थर्मामीटर लावून तो पाहात पाहातच मी बाहेर आलो. तो गृहस्थ ती कादंबरी सहज चाळीत खुर्चीवर बसला. माझ्या हातात थर्मामीटर पाहून तो म्हणाला, "अंग तापलंय की काय?"

"छे! घरात जरा बरं वाटत नव्हतं—"

कादंबरीत पाहात पाहात तो अत्यंत तिरस्काराने हसला. "हा वेडा तर नसेल ना?" दुपारची शंका पुन्हा माझ्या मनात डोकावू लागली.

"काय झालं?" मी खुर्चीवर बसत बसत विचारले.

"काय लिहितात हे कादंबरीकार! उद्या विस्तव बर्फाहूनही थंड असतो म्हणून सांगतील." माझ्या हातात उघडलेली कादंबरी देत देत तो म्हणाला. मी सहज नजर टाकली. पंचावन्न पान! 'ही प्रत्यय घेण्याची क्रीडा तारुण्यातल्या प्रमत्त आनंदाचा एक भागच होय. ती ज्यांनी कधी केली नसेल ते अभागी होत.' निर्मलेने प्रश्नचिन्ह केलेली तीच वाक्ये!

त्याच्याकडे सहानुभूतीने पाहत मी म्हटले, "तुम्हालाच ती रिकामी जागा द्यावी असं वाटतं मला."

"फार आभारी आहे मी आपला."

"पण—"

इतक्यात सुधा चिखलाने भरलेली कोय हातात घेऊन धावतच आली. 'अज्यून झ्याड झ्यालं नाही' तिने माझ्यापुढे तक्रार मांडली. घटकाभरात कोयीचे झाड झाले नाही म्हणून तिच्यावर फिर्याद करणारी बालबुद्धी! आम्हा दोघांनाही तिचे हसू आले. पण तसे पाहिले तर मोठी माणसे आणि मुले यांत असा मोठासा काय फरक आहे? बालकांना घटकेत कोयीचे झाड व्हावेसे वाटते; आम्हाला आमच्या आशाही तशाच—

"तुमचीच का मुलगी ही?" त्या गृहस्थाच्या प्रश्नाने माझा विचार जागच्या जागी थांबला. तो सुधेकडे रोखून पाहात होता. दृष्टीबिष्टीवर माझा मुळीच भरवसा नाही; पण त्या गृहस्थाची ती - क्रूरच म्हणायची नाही तर काय? - दृष्टी पाहून एकदम माझ्या हृदयाचा थरकाप झाला."

"तुमचीच मुलगी ही?"

"हो आईच्या वळणार गेली ती!" माझ्या व सुधेच्या चेहऱ्यात काहीच साम्य नसल्यामुळे तो विचारीत असेल असे वाटून मी म्हणालो.

तो शून्य दृष्टीने माझ्याकडे पाहू लागला. माझ्या मनात आले– 'शून्यात परार्धे भरली' असे कवी सांगतात. याच्या या शून्य दृष्टीत काय असावे बरे?

"तुमच्या पत्नींना बरं वाटत नाही असं मघाशी म्हणालात?"

त्याची ही जाण्याची प्रस्तावना असेल असे वाटून मी म्हणालो, "हो."

"मी पाहतो त्यांची प्रकृती हवी तर?"

मी मोठ्या पंचायतीत पडलो.

"अजून ताजं आहे माझं ज्ञान! पाठ म्हणून घ्या हवं तर सबंध मटीरिया!"

मी नाइलाजाने उठलो. माझ्या मागाहून तो आत आला. निर्मलेने त्याला पाहिले मात्र-मोठ्या कष्टाने ओठाशी आलेली भीती तिने आतल्या आत दाबून धरल्याचा भास झाला मला! त्याने तिची नाडी हातात घेतली, तेव्हा तर ती थरथर कापत होती.

"डोळे पाहू या तुमचे." त्याने तिच्या पापण्या वर करीत म्हटले.

"डोळे जळतात का कधी तरी?"

"हो!"

बाहेर येता येता मी त्याला विचारले, "काय करावं या डोळे जळण्यावर?"

"विस्तवापाशी बसू नये फारसं. अन् बसलं तरी खेळू नये त्याच्याशी—" त्याचा स्वर घोगरा झाला होता. मला नमस्कार करीत तो म्हणाला, "बराय! येतो मी आता?"

"मग काय उद्यापासून रुजू होता?"

"हो. विसरलोच होतो तुम्हाला सांगायला. तुमच्या शाळेतली ती जागा नकोय मला."

●

मध्यरात्री कुशीवर वळताना वाटले— दिवा फार मोठा झालाय. दिवसा विस्तवाच्या गोष्टी इतके वेळा झाल्या होत्या की, दिवा बारीक करण्याकरिता आळस झाडून मी उठलो. डोळे चांगले उघडून पाहतो तो काय? दिवा मोठा झाला होता खरा; पण तो निर्मलेने केला होता. टेबलावर हाताची जुडी करून व तिच्यावर डोके ठेवून ती बसली होती. मी हळूच उठलो व तिच्या मागे जाऊन उभा राहिलो. तिने काही मागे वळून पाहिले नाही. तिला डुलकी आली असावी.

तिच्या उजव्या हाताच्या बाजूला एक पत्र दिसत होते. तिचेच अक्षर! एवढ्या अपरात्री उठून कुणाला पत्र लिहीत होती ही? मी वाचू लागलो—

आज 'निरंजन' किती आनंदाने वाचायला घेतली; पण पंचावन्न पानावरले ते वाक्य— जिवाणू चावते तेव्हा मुंगी चावल्यापेक्षा अधिक वाटत नाही म्हणतात; पण दोन घटका गेल्यावर पाय एवढा सुजतो की—

ते वाक्य तसेच डसले माझ्या मनाला. प्रथमत: काही विशेष वाटले नाही; पण दोन घटकांत डोके कसे गिरगिरायला लागले. किती रडले, किती कढले; पण

रक्ताचे डाग अश्रूंनी पुसून जात नाहीत असे कुठेसे वाचले आहे तेच खरे!

"आई, ललतेस का?" म्हणून सुधा विचारू लागली. तीन वर्षाच्या सुधे, काय सांगू तुला? तू सतरा-अठरा वर्षांची होशील, नाटके-कादंबऱ्या वाचून प्रेम हा खेळ आहे अशी आतली कल्पना करून घेशील, आणि हा खेळ खेळण्यातला निवांत वेळ तुला मिळेल, तरच आज मी का रडत होते हे तुला कळेल. पण नको, माझ्या बाईला ते जन्मात कळूदे नको. प्रेम हा खेळ नाही. भयंकर शिकार आहे ती! प्रेम हे फूल नाही. तो विस्तव आहे.

मी निर्मलेकडे पाहिले. रडून रडून दमलेले मूल जसे झोपी जाते, तशी ती दिसत होती. मला तिच्या लग्नाच्या वेळचा इतिहास आठवला. मुंबईतल्या चाळीत तिचे वडील राहात असत. मुलींना मॅट्रिकपर्यंतचे शिक्षण बस्स आहे असे त्यांचे मत! त्यामुळे मॅट्रिक झाल्यापासून लग्न होईपर्यंत एकदीड वर्ष ती घरी स्वस्थच होती. या अवधीत तिने इतक्या कथाकादंबऱ्या वाचल्या होत्या की, बोलून सोय नाही. मी तिला पाहायला गेलो तेव्हा तिचे वडील थट्टेने म्हणालेही होते— "आमच्या निमाताईला दोन दागिने कमी असले तरी चालतील; पण एक भरपूर हवं!"

"काय?" मी विचारले होते.

"कादंबऱ्या!"

"गावातल्या लायब्ररीचा ऑनररी सेक्रेटरी होईन म्हणजे झालं!" मी उत्तर दिले होते.

सतरा-अठरा वर्षांचे मुग्ध वय- मुबलक वेळ - शृंगारिक कथा-कादंबऱ्यांची पारायणे- चाळीतले आयुष्य - गोंधळलेल्या मनाने मी तिच्या लिखाणाचा पुढील भाग वाचू लागलो—

'चाळीत आमच्या पलीकडे राहणारा बिचारा आनंद! घरचा गरीब! पण हुशारीमुळे मेडिकल कोर्स घेतला होता त्याने! कोणत्या कुमुहूर्तावर त्याच्याशी प्रेमाचा खेळ खेळण्याची इच्छा झाली मला! फडक्यांनी लिहिले आहे, 'ही क्रीडा ज्यांनी कधी केली नसेल ते अभागी होत.' मी म्हणते ज्यांनी केली असेल तेच अधिक अभागी. शेजारच्या वात्रट शांतेचे ऐकून मी आनंदाच्या येण्याजाण्याच्या वाटेवर उभी राहू लागले. पहिल्यापहिल्यांदा तो डोळा वर करून पाहातसुद्धा नसे माझ्याकडे. पुढे- पण तो माझाच अपराध! "तुमच्या पुस्तकात सारी घाणेरडी औषधं असायची! फुले कुठून असणार?" असे पुन:पुन्हा मी त्याला म्हटले. मग एके दिवशी त्याने मला हळूच फुले आणून दिली तर त्यात त्याचा काय दोष? बरोबर फिरायला जाऊन, हसून, खेळून आणि शेवटी शांतेच्या शिकवणीवरून पत्रे लिहून मी त्याच्याशी खेळत होते. पण जीव

घेण्याचा खेळ तो? शिकार हा माणसाचा खेळ होता; पण हरिणे आणि ससे यांना—

आज संध्याकाळी एकदम आत येऊन त्याने मला तपासले! अशी धडधडत होती माझी छाती तेव्हा! त्याच्याकडे मी पाहिले मात्र वीज पडून जळून गेलेल्या माडासारखा वाटला तो मला! ते हसणे, ते सतेज डोळे, सारे कुठे गेले? कुठे गेले? मी चांडाळणीने जाळले. त्याच्याविषयी काही वाटत नसताना मी त्याच्याशी प्रेमाचा खेळ खेळले. तरुणाच्या हृदयावर आपले आकर्षण चालते की नाही याचा अनुकूल अनुभव मी घेतला. माझे प्रेमाचे नाटक यशस्वी झाले; पण त्याचा जीव मात्र खराखुरा गेला.

हो जीव गेलाच म्हणायचा? एवढा हुषार मुलगा! पण माझे लग्न ठरल्याचे ऐकताच तो कुठल्याकुठे बेपत्ता झाला. त्याचे म्हातारे वडील चौकशी करण्याकरिता आले तेव्हा त्यांच्याकडे पाहण्याचासुद्धा धीर होईना! आज डॉक्टर होऊन महिना दोनचारशे रुपये मिळवायचे त्याने! पण पंचवीस रुपयाच्या मास्तरकीकरिता पदर पसरून आज तो इथे आला. ती जागासुद्धा त्याला पचू दिली नाही मी! त्याची हकीगत सांगताना तिकडून म्हणणं झालं 'वेडा दिसतोय तो!' पण मीच नाही का त्याला वेड लावलं? त्याच्या शेवटच्या पत्रातल्या त्या चारच ओळी—

'

इथेच निर्मलेचे लिहिणे संपले होते. कुतूहलाने मी पलीकडेच पडलेला एक नोटपेपर उचलला. त्यावर सुंदर अक्षरात लिहिले होते—

'प्रिय × ×

तुझी पत्रे परत करीत आहे. ती ठेवून पुढे तुझ्या नवऱ्याला दाखवायला मी काही नाटके-कादंबऱ्यांतला दुष्ट मनुष्य नाही. एक गोष्ट मात्र विसरू नकोस; नाहीतर पुढे पस्तावशील—

चाकू-कात्री ही लहान मुलांची खेळणी नव्हेत हे खरे ना?

'दुसऱ्यांची हृदये हीसुद्धा तरुण तरुणींची खेळणी नव्हेत.'

त्या कागदावर माझ्या डोळ्यांतून टपटप अश्रू पडू लागले.

जाग्या झालेल्या निर्मलेने विचारले, "काय हे?"

"विस्तव विझिवतोय पेटलेला!"

"विझवला तरी काय? राखच पदरात पडायची! तो फुंकून पेटवायलाच नको होता?" तिने सद्‌गदित स्वरात उत्तर दिले.

(१९३४)

■

पाषाणाचे अश्रू!

काळ्याकुट्ट ढगांनी आभाळ भरून गेले. सूर्य अगदी दिसेनासा झाला. 'काय हा भयंकर संहार!' असे म्हणून आकाशाने जणू काय आपले डोळेच मिटून घेतले.

टप-टप-टप पावसाचे थेंब पडू लागले. राजकवींना स्फूर्ती झाली — 'महाराज, आकाशाच्या डोळ्यातून अश्रू वाहू लागले.'

समोर पसरलेल्या प्रेतांच्या राशींकडे उन्मादाने पाहात राजा पाषाणवर्मा उद्गारला, 'बौद्ध धर्माची दीक्षा घेतलेली दिसते त्यानं.'

दिग्विजयी राजाची कोटी! जणू काही देवमाशाच्या प्रचंड शेपटाचा तडाखाच! सभोवतालच्या सरदारांत हास्यरसाच्या प्रचंड लाटा उसळू लागल्या.

मेघांच्या गंभीर गडगडाटाला हळूहळू सुरुवात झाली.

राजकवींनाही स्फुरण चढले. ते म्हणाले, 'मेघ कसले? कृष्णसिंहच आहेत हे! पाहा कसे गुरगुरू लागले!'

रणांगणावर पडलेल्या जखमी माणसांच्या कण्हण्याचा संमिश्र करुणध्वनी दुरून ऐकू येत होता. तो ध्वनी ऐकत राजा म्हणाला, 'चुकताहा तुम्ही कविराज! कुठले कृष्णसिंह अन् कुठलं काय? आकाश 'नमोः बुद्धाय, नमोः बुद्धाय' म्हणत आहे.'

राजाच्या आवडत्या गोष्टी तीन होत्या— लढाई, बुद्धाची निंदा व नर्तिका. हातातील खड्गाच्या खणखणाटाइतकाच नर्तिकेच्या पायांतील नूपुरांचा मंजुळ नाद त्याला प्रिय होता. शत्रूंशी लढणारे त्याचे बाहू, बुद्धाची निंदा करणारी त्याची जीभ आणि नर्तिकेचा नाच पाहणारे त्याचे डोळे– त्या त्या वेळी प्रत्येकात जणू काही त्याचे पंचप्राणच उतरत असत.

लढाईची आवड आणि नृत्याची आवड! कुठे मृत्यूचा विक्राळ जबडा आणि कुठे कलेचे हास्यवदन! पण या विरोधाचेही पाषाणवर्मा मोठ्या गमतीने समर्थन करी. तो म्हणे, 'प्रलयकाळी रुद्र तांडवनृत्य करतो. हे नृत्य काही स्मशानात शिकला नाही तो! आणि भूतगणाला गुरूही केलं नाही त्यानं! हे सारं त्याला पार्वतीनं शिकवलन्. भिल्लीण होऊन आपल्या मोहक नृत्यानं तिनं त्याला वेडावून सोडलं नव्हतं का?'

आकाशात वीज चमकू लागली. राजाला खूष करण्याकरिता राजकवी म्हणाला, "महाराज, आकाश ऊर पिटून घ्यायला लागलं! बौद्धधर्म! बौद्धधर्म!"

पण वीज पाहताच राजाची निद्रित वासना जागृत झाली. तो उद्गारला, "वाहवा! मेघांच्या तालावर वीज नाचायला लागली. बस्स! चला शिबिरात. एक सुंदर नर्तिका आणा—"

सर्वांच्या तोंडचे पाणी पळाले. सारे नगर भीतीने व्याकुळ होऊन गेलेले! समोर प्रेतांचा खच पडलेला! अशा वेळी नगराबाहेरच्या शिबिरात नर्तिका आणायची कुठून?

कुणालाशी आठवण झाली—

दुपारी नगर लुटताना सैनिकांनी काही स्त्रिया बंदिवान करून आणल्या होत्या. महाराजांची आज्ञा अमलात आणण्याकरिता सरदार निघून गेले.

"काय कविराज, जायचं ना शिबिराकडे?" राजाने विचारले.

कवी व्याकुळ दृष्टीने रणक्षेत्राकडे पाहात होता.

"काय पाहता कविराज?"

"काही नाही. माझा एक मित्र लढाईत पडला. त्याच्या मृत देहाचं दर्शन घ्यावं—"

"तुमच्यातही बुद्धाचा अवतार झाला वाटतं? अहो, मेला तो गेला! माझ्यासारख्या दिग्विजयी राजाचा कवी आणि तो इतक्या दुबळ्या मनाचा!"

थोडे पुढे जाऊन राजा म्हणाला,

"हः, हे संगीत ऐकलंत का?"

कवीच्या अंगावर शहारे उभे राहिले. कण्हणे, विव्हळणे, 'पाणी पाणी' म्हणून आक्रोश - सर्वच किती भेसूर!

नकळत त्याच्या डोळ्यांत पाणी उभे राहिले.

राजाच्या ते लक्षात आले. तो तीक्ष्ण स्वराने म्हणाला, "कविराज, रडताहात तुम्ही? अश्रू हे दुबळ्यांच्या डोळ्यांचं वैभव!"

याच वेळी वीज लख्कन चमकली. जणू काही त्या दिग्विजयी राजाच्या डोळ्यांवर आणि हृदयावर तिने प्रकाशच पाडला. डोळे कसले ते? संगमरवरच!

ते पाहून कवीला वाटले "पाषाणाला कधी पाझर फुटला आहे का?"

मित्राचे शव न शोधता कवी राजाबरोबर शिबिराकडे गेला.

●

बंदिवान स्त्रियांत एक सुंदर व नृत्यकुशल वेश्या होती.

"माझ्या नृत्याचं मोल?" तिने सरदारांना प्रश्न केला.

सुवर्णाच्या नाण्यांचे आकडे भराभर वाढले; पण पुष्पा कबूल होईना.

कंटाळून सरदार म्हणाले, "तूच सांग काय ते मोल!"

"माझं स्वातंत्र्य! नृत्य संपताच मी वाटेल तिथं जाईन."

नृत्याचे हे मोल सर्वांनाच विलक्षण वाटले.

दिग्विजयी राजाची कृपादृष्टी सोडून ही वेश्या दुसरीकडे जाणार? वेडी तर नाही ना ही?

हां हां म्हणता शिबिरात नृत्यसमारंभाची तयारी झाली. पुष्पाच्या कंठात कोकिळेची माधुरी होती, तसा तिच्या अभिनयात कबुतराचा डौलदारपणाही होता. क्षणोक्षणी तिची देहलता गालिच्यावर मुरडत होती. जणू काही तारकांकित आकाशात क्षणात इथे तर क्षणात तिथे चमकणारी विद्युल्लताच! मंद वायुलहरीने हालणाऱ्या लतिकेप्रमाणे तिचा सूचक अभिनय राजाला मनोहर वाटला. तिच्या प्रत्येक हालचालीबरोबर प्रेक्षकांवर सुगंधी पुष्पांचा वर्षावच होत होता. पाषाणवर्मा अगदी मुग्ध होऊन गेला.

पुष्पेने त्या दिवशी आपल्या कौशल्याची कमाल केली. तिच्या मधुर आलापातून चांदण्याची बरसात वर्षत होती; मग तिचे मोहक नृत्य या चांदण्यात बसून सरस्वतीने केलेल्या वीणावादनासारखे भासावे यात नवल ते कसले?

तिच्या गीतातील अर्थाकडे मात्र कुणाचेच लक्ष गेले नाही. तिच्या एका गीतात मध्यरात्री अंथरुणावर तळमळत पडलेल्या राजपुत्राच्या हृदयाची तडफड व्यक्त केली होती. तो राजपुत्र बुद्धच असावा बहुधा! त्याचे हृदय म्हणत होते.

'मी इथे मंचकावर पडलो आहे. पण बाहेर?—

बाहेर अनाथ-अपंग ओल्या जमिनीवर हातापायांची जुडी करून पडले आहेत.

भूक नसल्यामुळे ताटातली पक्वान्ने उष्टावून मी मघाशी उठलो. पण बाहेर?—

बाहेर शिळ्या भाकरीचे जमिनीवर पडलेले तुकडे खाऊनही भूक न भागल्यामुळे गरिबांची बाळे रडत रडत झोपी गेली आहेत.

मंचकावर निजलेल्या माझ्या पत्नीच्या अंगावरील रत्ने दीपप्रकाशात चमचम करीत आहेत. पण बाहेर?—

बाहेर असंख्य माता, भगिनी, पत्नी आणि कन्या या वेळी तळमळत असतील. गालावर ओघळलेले अश्रू हेच त्यांचे अलंकार.

मला झोप येत नाही. केव्हा एकदा पहाट होईल असे वाटत आहे. रम्य उष:काल केव्हा होईल? पण बाहेर?—

बाहेरच्या गोरगरिबांना, दीनदुबळ्यांना आणि अनाथ-अपंगांना असेच वाटत असेल का? छे, उष:काल हा मला लग्नातला लाजाहोम वाटतो. पण त्यांना?– वध्य पशूला यज्ञातला होम कधीतरी आवडेल का? उष:काल म्हणजे एक कठीण नवा दिवस! तो उगवण्यापेक्षा या रात्रीचेच काळरात्रीत रूपांतर व्हावे असे त्यांना

वाटत असेल.'

हिमालयात वृक्षांच्या सावलीत फिरणाऱ्या माणसाला मध्यान्हीचे सूर्यकिरण चंद्र-किरणांसारखे वाटतात. पुष्पाच्या गानमाधुर्यामुळे गीतांतील प्रखर विचार कुणालाच जाणवले नाहीत.

गाणे संपले. नृत्यही संपत आले. नर्तिकेच्या चरणातील नूपुरांतून 'नमो: बुद्धाय, नमो: बुद्धाय' असे ध्वनी स्पष्ट ऐकू येऊ लागले. सरदारांना वाटले, ही शत्रुपक्षाकडील वेश्या महाराजांची उघड उघड कुचेष्टा करीत आहे! त्यांच्यापैकी एक-दोन तरवारीला हात घालीत एकदम उठलेही. पण नृत्यात तल्लीन झालेल्या राजाकडे पाहताच त्यांना पुष्पेला दटावण्याचा धीर झाला नाही.

नृत्य आटोपले. पानसुपारीच्या वेळी पुष्पा अत्तर लावून घ्यायला तयार होईना. राजाला आश्चर्य वाटले.

वेश्येला सुगंधाचा तिटकारा! त्याने विचारले, ''नर्तिके, तुला सुगंध आवडत नाही?''

''आवडतो महाराज! पण मला फूल द्या. त्याला वास नसला तरी मी त्याचा आनंदानं स्वीकार करीन.''

रणांगणावर फूल कुठून मिळणार? वेश्या जणू काही राजाच्या सत्त्वाची परीक्षाच पाहात होती.

राजाने हसत प्रश्न केला, ''नर्तिके, अत्तर फुलांपासूनच करतात.''

''होय महाराज. पण अत्तर म्हणजे फुलांचं रक्त! मला सजीव सुगंध हवा! दुसऱ्याचा जीव घेऊन मिळणारा आनंद माझ्यासारख्या नर्तिकेला कुठून कळणार?''

राजाचे डोळे मंगळाप्रमाणे चमकले. आता नर्तिकेच्या शिरच्छेदाची आज्ञा होणार असेच सर्वांना वाटले. राजा तिच्या मुखाकडे टक लावून पाहात होता. क्षणात मंगळाचे शुक्रात रूपांतर झाले.

नर्तिका निघून गेली. राजा मंचकावर पडला. उद्याच्या युद्धाचा विचार तो करू लागला. पदोपदी त्याच्या विचारांची साखळी तुटत होती. असे का व्हावे? तो उठून दारात आला. पलीकडच्या टेकडीआडून चंद्र नुकताच वर येत होता. बाहेर अंधाराला उजाळा मिळत होता. पण राजाच्या मनात? — उद्याच्या लढाईपेक्षा मघाची नर्तिकाच त्याच्या मनोमंदिरात नाचू लागली होती.

त्याने नर्तिकेला बोलावणे पाठविले. पण ती होती कुठं? शिबिराबाहेर पडताच कुणाशी एक शब्दही न बोलता ती निघून गेली होती.

पाषाणवर्मा शय्येवर सारखा तळमळत होता. दररोज रात्री विजयलक्ष्मी मधुर गीते म्हणत असताना तो झोपी जाई; पण आज ती मुकी झाली होती. मुकी? छे! त्याला वाटे त्या नर्तिकेची दासी होऊन ती आपल्या शिबिरातून निघून गेली असावी!

या कुशीवरून त्या कुशीवर वळताना उशाशी ठेवलेल्या खड्गाला त्याचा सहज हात लागला. खणकन त्याचा आवाज झाला. तो त्याला अगदी कर्कश वाटला; आणि त्याच क्षणी नर्तिकेने नृत्य संपविताना नूपुरातून काढलेले बोल त्याच्या कानात घुमू लागले.

'नमो: बुद्धाय', 'नमो: बुद्धाय.'

फार उकाडा होऊ लागला की पाऊस पडतो. आता आपल्या डोळ्यांत अश्रू उभे राहतात की काय, अशी भीती राजाला वाटू लागली. लगेच स्वत:चे संध्याकाळचे उद्‌गार त्याला आठवले. "अश्रू हे दुबळ्यांच्या डोळ्याचं वैभव!" नृत्याने नाजूक झालेल्या मनाला पुन्हा कठोर केलं पाहिजे! बस्स! एकच मार्ग! आताच्या आता, ऐन मध्यरात्री रणांगणावर जायचं. त्या प्रेतांच्या राशीत नर्तिकेची सुंदर मूर्ती पुरून टाकायची. कोल्ही प्रेते फाडीत असताना होणारा तो भेसूर आवाज — तो कानात शिरला की नूपुरांचा मंजुळ ध्वनी आपोआप ऐकू येईनासा होईल.

पाषाणवर्मा एकटाच शिबिराबाहेर पडला. चांदण्यांऐवजी झाडांखालच्या अंधाराकडे पाहात तो रणांगणाजवळ आला. त्याची चाहूल लागताच एक कोल्हा सर्रकन इकडून तिकडे पळत गेला. आपल्या मनातील दुबळे विचार असेच पळून जात आहेत असा त्याला भास झाला.

खोल विहिरीतून यावा तसा एक आवाज ऐकू आला.

"पाणी, पाणी—"

कठोर होऊ लागलेले राजाचे मन म्हणाले, "दिग्विजयी राजापाशी फक्त तलवारीचं पाणी असतं!"

आवाज ऐकू आला, त्या बाजूला राजाने पाहिले.

एक मनुष्याकृती लगबगीने तिकडे जात होती. राजाला वाटले - कुणी भूतपिशाच्च तर नसेल ना? तो थोडासा पुढे गेला.

कुणीतरी स्त्री! तिच्या घाईच्या चालीतही किती तालबद्धता होती! लढाईत पडलेल्या आपल्या वल्लभाला शोधण्याकरिता ती बहुधा नगरातून आली असावी!

राजाचे कुतूहल त्याला स्वस्थ बसू देईना. हलक्या पावलांनी तो त्या स्त्रीच्या पाठोपाठ जाऊ लागला. त्याने निरखून पाहिले. हातात काय बरं असावं तिच्या? वल्लभाने दिलेली एखादी प्रेमाची भेट?

"पाणी, पाणी" असा आवाज जिथून येत होता तिथे स्त्री थांबली. तिने वाकून पाहिले; क्षणभराने मान वर केली; पदराने डोळे पुसले. ती खाली बसली आणि उजव्या हातातील भांड्यातून थोडे पाणी घेऊन ते घोट घोटभर त्या तहानेने व्याकुळ झालेल्या मनुष्याला पाजू लागली. त्या स्त्रीचा चेहरा पाहण्याचा मोह राजाला अनिवार झाला. तो झटकन पुढे आला. त्या स्त्रीने दचकून वर पाहिले. पुष्पा!

पाषाणवर्म्याकडे दृष्टी जाताच तोंड फिरवीत ती उद्गारली — "हुं:! लांडगा!"

तिच्या उद्गाराने राजाला राग आला. पण त्या जखमी माणसाकडे बोट दाखवीत त्याने विचारले, "हा कोण तुझा!"

"माझा? भाऊ."

"भाऊ?"

"हो! तुम्हीदेखील भाऊच आहा माझे. एकाच ईश्वरानं आपणाला - सारेच भाऊ कुठं सारखे असतात पण?"

राजा स्तंभित झाला. पण मघांचा 'लांडगा' शब्द त्याच्या हृदयात शल्याप्रमाणे सलत होता. तो म्हणाला, "तुझ्यासारख्या वेश्येनं या वेळी रंगमहालात असायचं. इथं या नरकात—"

पुष्पा हसत उदगारली, "हा नरक? कुणी निर्माण केला हा नरक?"

तिचा प्रश्न राजाच्या हृदयाला खड्गाच्या घावासारखा भासला. पण या वाग्युद्धात शत्रूचा पराभव करणे सोपे काम नाही हे त्याने ओळखले.

तो मृदू स्वराने म्हणाला, "नर्तिके, रमणाला मदिरेचे पेले भरून द्यायच्या या वेळी-"

व्याकुळ जीव शांत झाल्यामुळे कृतज्ञ दृष्टीने पाहणाऱ्या समोरील जखमी मनुष्याकडे बोट दाखवीत पुष्पेने उत्तर दिले, "ह्या क्षणी हाच माझा रमण आहे." हातातील पाण्याचे भांडे वर धरून ती म्हणाली, "आणि ही पाहिलीत का मदिरा?"

लाथेच्या एका ठोकरीने तिच्या हातातील भांडे उडवून टाकावे असा विचार राजाच्या मनात डोकावून गेला. पण तो क्षणभरच. पुष्पेला खिजविण्याकरिता तो म्हणाला, "नर्तिके, कुठं रंगमहालातल्या पुष्पमालांचा सुवास आणि कुठं ही प्रेतांची दुर्गंधी!"

रणांगणावर पसरलेल्या प्रेतांच्या राशीकडे पाहात पुष्पेने विचारले, "महाराज, ही प्रेतंसुद्धा फुलंच आहेत. धरणीमातेची ही फुलं- त्यांचा चोळामोळा करणाऱ्या राक्षसाला आपण शिक्षा कराल का?"

चंद्रावर अभ्रे आली. राजाच्या चेहऱ्यावर विलक्षण विचारांच्या छाया दिसू लागल्या. क्षणार्धात चंद्र हसला. राजाने पुष्पेजवळ येऊन प्रश्न केला, "नर्तिके, तू माझी पट्टराणी होशील?"

पुष्पा निरुत्तर झाली असे राजाला वाटले. दिग्विजयापेक्षाही रमणीच्या मनावर विजय मिळविणे अधिक कठीण! राजाने अभिमानाने विचारले, "काय ठरला तुझा विचार?"

पुष्पेच्या डोळ्यांपुढे या मध्यरात्रीऐवजी दुसरी मध्यरात्र नाचत होती. रणांगणाचा रंगमहाल झाला. तारकांचे अत्तराच्या दिव्यात रूपांतर झाले आणि समोर सम्राट

पाषाणवर्म्याच्या जागी भगवी वस्त्रे धारण करणारा सुंदर तरुण बुद्धभिक्षू तिला दिसू लागला. ऐन मध्यरात्री कपटाने- मरणोन्मुख मनुष्याला धीर देण्याकरिता म्हणून आपण त्याला आपल्या महालात आणले होते. विश्रांतीकरिता मंचकावर बसून उपदेश घेण्याच्या मिषाने आपण त्याचे पाय धरले. आपले ते लावण्य-ती वेशभूषा- उन्हाळ्यात हिमालयाला पाझर फुटल्याशिवाय थोडेच राहतात! भिक्षू आपल्याकडे टक लावून पाहू लागला. तो थोडासा वाकला देखील. इतक्यात-

पलीकडच्या खोलीतून आपल्या दमेकरी आईचे कण्हणे ऐकू आले. ''माझा मित्र तिकडे आहे वाटतं?'' असे म्हणत तो तिकडे निघून गेला. तिला हलके वाटेल अशा रीतीने आपल्या शरीराचा आधार देऊन तो तिच्याजवळ रात्रभर बसला.

दुसरे दिवशी सकाळी तो निघून गेला. पण आपल्या मनोमंदिरातून? छे— आज तीन वर्षे झाली. पुष्पेचे मौन राजाला संमतिदर्शक वाटले. त्याने विजयी स्वराने विचारले, ''मग होणार ना तू माझी पट्टराणी?''

पुष्पा हसत हसत म्हणाली, ''एका अटीवर—''

''सम्राटाला अटींची कसली पर्वा?''

''साधी अट आहे माझी—''

''साधी असो नाहीतर- एवढं सैन्य आहे माझ्या पाठीशी!''

''पण हृदयात काय आहे?''

राजा बावरला. त्याने व्याकुळ स्वराने विचारले, ''काय अट आहे तुझी?''

''संन्यास घ्या आपण, अन् मग—''

दुसरीकडून 'पाणी', 'पाणी' असा आवाज झाला. 'नमो: बुद्धाय' म्हणत पुष्पा त्या बाजूला निघून गेली.

●

कवी मृतमित्राचा शोध करण्याकरिता पहाटे रणांगणावर आला. एकदम करुण स्फुंदन त्याच्या कानांवर पडले. जखमी मनुष्याचं कण्हणं? छे, कुणीतरी अगदी स्फुंदस्फुंदून रडत होते. कवी कळवळून तिकडे गेला. त्याने सदय स्वराने विचारले, ''कोण रे बाबा तू? काय झालं तुला?''

रडणाऱ्या व्यक्तीने मान वर करताच चंद्राच्या फिक्कट प्रकाशात कवीने पाहिले महाराज पाषाणवर्मा!

(१९३३)

■

हिरा तो भंगला

जयवंताचे लक्ष पायांखालच्या वाटेकडे नसून पत्राकडे होते. पेडण्यापासून वसापर्यंतचा रस्ता नारळीपोफळींच्या बनांनी इतका आच्छादित झालेला आहे की, दुपारी बारा वाजता त्या मार्गाने जाणाऱ्या प्रवाशाला आपण पहाटेच प्रवास करीत आहोत असा भास झाल्यावाचून राहात नाही. सगळ्या जगाच्या डोक्यावर बसून करडा अंमल गाजविणाऱ्या मध्यान्हीच्या सूर्यालाही आपल्या उंच हातांनी दूर लोटणारे कोकणभूमीचे ते शूर शिपाई पाहण्यात प्रत्येक प्रवासी दंग होऊन जातो. चिंताग्रस्त जीवाला पडणाऱ्या सुखस्वप्नाप्रमाणे, द्रव्यैकदृष्टी जगात आढळून येणाऱ्या प्रेमळ मित्राप्रमाणे, सगळे जग रखरखीत उन्हाने भाजून जात असताना मध्येच अत्यंत शीतल राहिलेला व हिरवागार दिसणारा भूमिभाग कुणाच्या अंत:करणाला आनंद देणार नाही? सकाळी गवतावर दिसणाऱ्या दवाच्या जाळ्याप्रमाणे सूर्यकिरणांची अस्पष्ट जाळी मधून मधून दृग्गोचर होत होती. पण जयवंताला ती दिसत नव्हती. पत्र एकदा वाचून पुरे झाले की, तो सभोवताली हसऱ्या मुद्रेने पाही व पुन: पत्र वाचण्याकरता मान खाली घाली. तो हे पत्र कितव्यांदा वाचीत होता हे प्रत्यक्ष चित्रगुप्तालादेखील नक्की सांगता आले नसते. आपल्या लाडक्या मुलाचे कितीही मुके घेतले तरी आईची जशी तृप्ती होत नाही, त्याप्रमाणे ते पत्र जयवंताने अनेकदा वाचले असूनही त्याचे अजून समाधान झाले नव्हते. प्रियकरणीवर कविता करण्यातच घरातली सगळी शाई खर्च करणाऱ्या एखाद्या कवीने जर त्याला या वेळी पाहिले असते तर ते त्याच्या भावी प्रियेचे पहिले अगर भूत प्रियेचे शेवटचे पत्र असावे असा त्याने खास तर्क केला असता! एखाद्या बेकार तरुणाला जर पत्रात गढून गेलेला जयवंत दिसला असता तर त्याच्या हातातील पत्र दुसरे तिसरे काही नसून ते नोकरीच्या अर्जाला साहेबांकडून आलेले होकारार्थी उत्तर आहे असे त्याने छातीवर हात ठेवून सांगितले असते. त्या पत्राची पारायणे करताना तो जर एखाद्या व्यापाऱ्याच्या दृष्टीला पडला असता तर त्याच्या हातातील चिटोऱ्यात आण्याच्या दराने घेतलेल्या मालाची किंमत रुपया झाल्याचा मजकूर असलाच पाहिजे अशी त्याने खास ग्वाही दिली असती.

पण वेड्या जयवंताने या प्रतिभासंपन्न कवींचा, बेकार विद्वानांचा व व्यवहारचतुर

व्यापाऱ्यांचा कयास सर्वस्वी खोटा ठरविला असता. त्याच्या हातातील पत्र दुसरे कसलेही नसून त्याच्या बहिणीचे होते. पत्र लहानच असले तरी त्यातल्या प्रत्येक अक्षरात तिचे अंतःकरण पूर्णपणे उतरले होते. हृदय पिळवटून आल्यामुळे वाहणाऱ्या रक्तात निश्चयाची लेखणी बुडवून त्यातला प्रत्येक शब्द तिने लिहिला होता. जयवंताने इकडे तिकडे पाहिले. रस्त्यावर चिटपाखरू देखील नव्हते. त्या पत्रातील हृदयभेदक भाग तो मोठ्याने वाचू लागला. ''दादा, तुला आपली बहीण जगावी असे वाटत असेल तर माघी पौर्णिमेच्या मध्यरात्रीपर्यंत मावशीच्या सावकारापुढे पाचशे रुपये मोजलेच पाहिजेत. मावशीचे म्हणणे मी या सावकारापाशी त्याची राख म्हणून राहावे असे आहे. तो मोटारीतून तुला फिरायला नेईल, मागशील ते दागिने अंगावर घालील, पायात काटा रुतला तर लगेच वेंगुर्ल्याच्या वाट्याला घेऊन येईल, एक ना दोन छप्पन्न गोष्टी ती मला सांगत असते. हा सावकार आज मला फुलाप्रमाणे झेलील; पण उद्या निर्माल्य म्हणून फेकून देईल. दादा, तुझा उपदेश मी मुळीच विसरले नाही. पापाच्या चिखलात मिसळलेले वैभवाचे अत्तर कुणीही अंगाला लावणार नाही हे तू मावशीला रागारागाने दिलेले उत्तर माझ्या कानात अजून घुमत आहे. वेश्या होऊन तूपपोळी खाण्यापेक्षा पत्नी होऊन मीठभाकरीच खाणे अधिक बरे हे तुझ्या पत्रातले वाक्य मी सारखे जपीत आहे. माघी पौर्णिमेच्या मध्यरात्रीपर्यंत तू पाचशे रुपये घेऊन आलास तर तुझी हिरा तुला पवित्र व जिवंत आढळेल. रात्रीचे बारा वाजून गेल्यावर मी माझी मालक नाही. मावशी मला अनीतीच्या खड्ड्यात टाकायला टपून बसली आहे. त्या खड्ड्यापेक्षा एखादी विहीर जवळ केलेली काय वाईट?''

जयवंताने पत्रावरली नजर काढून भोवताली पाहिले. नारळी व पोफळी समाधिस्थ साधुपुरुषांप्रमाणे दिसत होत्या. उजवीकडून येणारा वारा नदीत स्नान करून आल्यामुळे थंडगार वाटत होता. झाडीआड असलेल्या एका खोपटाजवळ कोंबडा 'कू कू' करून आरवत होता. आपली गरिबी, गरिबीच्यापायी बहिणीला वेश्या होण्याची आलेली पाळी, व्यसनी व व्यभिचारी सावकारापेक्षा मृत्यूच्या गळ्याला मिठी मारण्याची झालेली तिच्या मनाची तयारी, या सर्व गोष्टी डोळ्यांपुढे उभ्या राहून हे माड, हा वारा, तो कोंबडा आपणापेक्षा कितीतरी सुखी आहेत असे जयवंताला वाटले. पण ते क्षणभरच! दुसऱ्याच क्षणी, माणसे दारू काढू लागली तर माडाला त्यांचा प्रतिकार करता येत नाही, उन्हाळ्यात सूर्याने भाजून काढले तरी वाऱ्याला हूं की चूं म्हणता येत नाही आणि कुठल्या तरी काल्पनिक देवचाराला प्रसन्न करण्यासाठी धनी कोंबड्याची मान मुरगळू लागला म्हणजे त्याला मरण्याखेरीज गत्यंतर उरत नाही या गोष्टी त्याला आठवल्या. सुखी दिसणाऱ्या जड सृष्टीपेक्षा दुःखी वाटणारी मानवी सृष्टीच बरी असे त्याला वाटू लागले.

त्याने कोटाच्या डाव्या बाजूच्या आतल्या खिशातून एक लहानसे पुडके काढले व एक दोन म्हणून त्यातील कागद मोजावयाला सुरुवात केली. पन्नास हा आकडा उच्चारून ते पुडके पुन्हा व्यवस्थित रीतीने खिशात ठेवताना त्याचा चेहरा आवाक्याबाहेरले एखादे काम पार पाडणाऱ्या मनुष्याप्रमाणे विजयोत्साहाने भरून गेला होता. दहादहाच्या त्या पन्नास नोटा, ते पाचशे रुपये, जयवंताने पोटाला चिमटा घेऊन शिल्लक टाकले होते. हिराकरिता जर त्याचा जीव तिळतिळ तुटला नसता तर पै पै वाचवून पाचशेची पुंजी त्याला करताच आली नसती. पण तिसऱ्यांदा चहा घ्यायची इच्छा झाली की हिराच्या डोळ्यातील अश्रू त्याच्यापुढे उभे राहात. कोटाकरिता उंची कापड घेण्याची हिरीरी आली म्हणजे बहिणीच्या शीलाचा शालू गहाण पडला आहे, तो आधी सोडविला पाहिजे, अशी मनाची टोचणी सुरू होई. आज माघी पौर्णिमा होती. मावशीच्या सावकाराने आजच्या मध्यरात्रीची मुदत दिली होती. जयवंत पणजीला ज्या पेढीवर कारकून होता तेथे मागितले तर दुखणेदेखील मिळणे कठीण होते. पण बाबापुरता करून जयवंताने चालू महिन्याचा पगार मिळविला व पाचशेची भर झालेली पाहून आनंदित अंत:करणाने आरवंद्याजवळ असलेल्या आपल्या गावी येण्याला तो निघाला. मध्यरात्रीला अजून बारा तास अवकाश होता. त्याच्या खिशात पाचशे रुपये होते व घर अवघे पाचसहा मैल उरले होते. आपण मुंगीच्या गतीने गेलो तरीदेखील वेळेवर पोचू व हिराचे शील सुरक्षित राखू अशी जयवंताची खात्री होती. त्यामुळे नोटांच्या पुडक्यामुळे वर आलेल्या कोटाच्या भागावर हात फिरवून त्याने समाधानाचा सुस्कारा सोडला.

जीवनशक्ती कमी झालेले शरीर ज्याप्रमाणे लवकर बळी पडते, त्याप्रमाणे दारिद्र्याने दुबळे झालेले मन शंकाकुशंकाचे माहेरघर होते. जयवंताच्या मनाची अशीच स्थिती झाली. या रहदारी नसलेल्या रस्त्यावर एखाद्या दांडग्या मनुष्याने चोप देऊन आपल्याला नागवले तर? या भिकारड्या रस्त्याने जाणाऱ्या मोटारीचा धक्का लागून आपणाला अपघात झाला तर? होडीतून नदीपार होताना होडी उलटली तर? तर हिराची स्थिती काय होईल? त्याच्या डोळ्यांपुढे विहिरीच्या दगडांनी जिचे डोके रक्तबंबाळ झाले आहे अशी हिरा दिसू लागली. पण सगळ्या देण्यात जीव देणे कठीण आहे. अंगणात आंचवायला जायचे असले तरी जिला रात्री सोबत लागे त्या मुलीला जीव देण्याचा धीर होईल का? भर मध्यरात्री विहिरीच्या काठावर उभे राहून आपले स्वयंवर मांडायचे व मृत्यूच्या गळ्यात माळ घालायची! भावाच्या मित्राशी चार शब्द बोलण्याचा धीर होत नसलेली सोळा-सतरा वर्षांची कोवळी पोरगी पिशाच्चवेळेला मृत्यूला हाक मारू शकेल का? बरे, मृत्यू तिची हाक ऐकेलच म्हणून काय नियम आहे? जगातल्या हरएक घरी जाणारा लहरी अतिथी तो. हिराने पदरात घेण्याविषयी पदर पसरून विनंती केली आणि ती त्याने ऐकली नाही तर?

जयवंताच्या डोळ्यांपुढे दुसरे चित्र दिसू लागले. त्याच्या अंगावर काटा उभा राहिला. त्या पाजी सावकाराचे हात हिराच्या गळ्यात पडले आहेत, तिचे ओठ व गाल त्याच्या पापी चुंबनाने विटाळून गेले आहेत. असली हिरा पुढे काय करणार? मुलाला वात्सल्याने खेळविण्याऐवजी कामुक नरपशूंना नट्टापट्टा करून खेळवीत बसणार. संध्याकाळी कामावरून परत येणाऱ्या पतीची वाट पाहात बसण्याऐवजी शृंगार करून नव्या नव्या पुरुषांना जाळ्यात ओढण्याकरिता खिडकीत उभी राहणार!

जयवंताच्या डोळ्यांतून अश्रू वाहू लागले. दुर्दैवाने पोखरून काढलेल्या मनात कल्पनेच्या नुसत्या ठिणगीने देखील आगीचा डोंब उडतो हे आज त्याने अनुभवले. भयंकर स्वप्नातून जागे झाल्यावरदेखील हृदयाचे धडधडणे जसे बंद होत नाही, त्याप्रमाणे आपल्याला दिसलेली चित्रे काल्पनिकच आहेत हे कळत असूनसुद्धा त्याच्या हृदयाची चलबिचल कमी झाली नाही. पाखराप्रमाणे अगर वाऱ्याप्रमाणे अनिर्बंध जाता येत असते, तर आपण हा हा म्हणता घरी गेलो असतो व हिराला जवळ घेऊन मनसोक्त रडून हृदयाचा भार हलका केला असता असे त्याला वाटू लागलं. घर पावलोपावली जवळ येत होते खरे; पण विवाहाचा मुहूर्त, परीक्षा, डॉक्टरांचा निकाल इत्यादी गोष्टी घटकेवर येऊन ठेपल्या हे नक्की ठाऊक असूनही त्या वेळी पळदेखील ज्याप्रमाणे युगासारखे वाटू लागते त्याप्रमाणे जयवंताला या वेळी ते पाच मैल पाच हजार मैलांप्रमाणे दिसू लागले. त्याचे शरीर रस्त्याने चालत होते; पण मन गरुडाच्या भरारीने घरी जाऊन बसले. त्याची समाधी लागली. काळगंगेत वाहून गेलेले प्रसंग त्याला स्पष्ट दिसू लागले.

जयवंत त्या वेळी मराठी चवथ्या की पाचव्या इयत्तेत होता. त्याच्या एका वर्गसोबत्याने त्याची उदाहरणांची चोपडी उतारा काढण्यासाठी घरी नेली होती. चोपडी हरवल्यामुळे की काय दोन दिवसांनी आपण चोपडी नेलीच नाही असे तो म्हणू लागला. ''चोपडी पचणार नाही हं तुला. तू नाही तुझा बाप देईल चोपडी'' वर्गात मार्क बुडू लागल्यामुळे जयवंत संतापाने त्याला म्हणाला. ''तुझी चोपडी द्यायला मला बाप तरी आहे; तुला तोदेखील नाही,'' त्या मुलाने उत्तर दिले. बाकीची मुले खो खो करून हसली. ते हसणे लाव्हारसाप्रमाणे जयवंताच्या हृदयाला दाहक वाटले. इतरांच्या घरी बाप असतात, मुलांना शाळेत पोचवायला किंवा त्याची फी द्यायला ते शाळेत येतात हे त्याने पाहिले होते. त्याने आपल्या लहानपणची शक्य तितकी आठवण करून पाहिली; पण बापासारखा कोणी पुरुष आपल्या घरात असल्याचे त्याला आठवेना. शाळा सुटताच गोरामोरा चेहरा करून तो घरी गेला व आईला मिठी मारून त्याने विचारले,

''आई, माझे बाबा कुठे ग आहेत?'' आई किती तरी वेळ स्तब्ध राहिली. नंतर ती म्हणाली, ''जया, असे लहान मुलांनी विचारू नये हं.''

"ते का ग? इतर मुलांना बाप आहेत आणि मलाच का ग नाही?"

"तो पातळेश्वराच्या देवळापाशी आंधळा बसतो तो पाहिला आहेस ना? सगळ्यांना डोळे आहेत पण त्याला नाहीत. तसेच आहे बरे हे."

"पण बाप नाही म्हणून बाकीची मुले मला हसतात. मला ते सोसत नाही ग."

"हसतात त्यांचे दात दिसतात. त्यांना म्हणावे माझी आई नि बाप एकच आहेत."

हीन कुलाच्या जखमेत पोरांनी 'बिनबापाचा' 'बिनबापाचा' असे हिणवून मीठ भरले आणि हसरा जयवंत उदास झाला. लवकरच आपल्या धाकट्या बहिणीच्या कपाळी हाच हलकट धंदा येणार आणि तिच्या संततीलाही हाच डाग व डागण्या लागणार हे त्याच्या लक्षात आले. एकाच्या पापाचे प्रायश्चित्त दुसऱ्या निरपराधी जीवांनी भोगत बसणे हा अन्याय आहे हे ओळखून त्याने हिराला घरी शिक्षण द्यावयाला सुरुवात केली. त्याला चित्रे चांगली काढता येत असत. अशोकवनात सीता बसली आहे व रावण तिची मनधरणी करीत आहे असे चित्र काढून त्याने सीतेची गोष्ट हिराला सांगितली. ते चित्र दाखवून जयवंत वर्णन करू लागला,

रावण सीतेला म्हणाला, 'तू माझी बायको हो. मग ही सारी सोन्याची लंका तुझी आहे.' सीतेने उत्तर दिले, 'तुझी लंका हिऱ्यामोत्याची असली तरी मला नको. तुझ्या सोन्याच्या लंकेपेक्षा पंचवटीतील आमची पर्णकुटी मला अधिक आवडते.' रावण म्हणाला, 'तू वेडी आहेस. कुठे माझी जरीची वस्त्रे न् कुठे रामाची वल्कले! कुठे माझी पंचपक्वान्ने न् कुठे राम तुला आणून देत असलेली कंदमुळे! कुठे माझ्या महालातली परांची गादी आणि कुठे अरण्यातला रामाचा गवताचा बिछाना! सीते, तू माझी हो, या साऱ्या वस्तू तुला मिळतील.' सीतेने रागाने उत्तर दिले, 'ज्याला माळ घातली तो भिकारी असला तरी बायकोला कुबेर वाटतो; रंक असला तरी तिचा तो राजाच असतो. पती हाच सतीचा देव.'

हिरा जयवंताकडे टक लावून सर्व गोष्ट ऐकत होती. शेवटी चित्राकडे पाहून ती म्हणाली, "दादा, या चित्रातली सीता माझ्यासारखी दिसते, नाही रे?"

जयवंताने बारकाईने पाहिले. खरेच, सीतेचा चेहरा हुबेहूब हिरासारखा दिसत होता. हे चित्र जयवंताच्या हृदयातून उतरले होते. त्याच्या हृदयात हिराखेरीज दुसऱ्या कशालाच जागा नव्हती हेच त्या साम्याचे कारण असावे. त्या साम्याने आनंदित होऊन जयवंत हिराला म्हणे, "ताई, या चित्रातली सीता तुझ्यासारखी आहे. तेव्हा तुला आता सीतेसारखे झाले पाहिजे हं."

जयवंताच्या शिकवणीने शरीरविक्रयाबद्दल हिराच्या मनात तीव्र तिटकारा उत्पन्न झाला. एखाद्या स्त्रीचा मौल्यवान दागिना चोरण्यापेक्षा तिच्या पतीचे मन हरण करणे अधिक निंद्य आहे, आपल्या पोटाची खळगी भरण्याकरिता एखाद्या कामुकाला

शरीर विकून निरपराधी बायकापोरांना दु:खाच्या खाईत ढकलणे हे महापातक आहे, या गोष्टी तिच्या हृदयावर जणू काय जयवंताने कोरूनच ठेवल्या. पण शीलरक्षणाकरता या भावाबहिणींची जी तळमळ चालली होती तिची पर्वा जग कुठे करीत होते? घासभर अन्नासाठी रस्त्यावर भिकारी तडफडत असताना, शरीराला जरूर नसलेली खाद्यपेये खाण्यात श्रीमंत जग चूर झालेले असते. फाटक्या जुनेराने आपली अब्रू कशी सांभाळावी या विवंचनेत गरीब मोलकरीण असताना, तिची धनीण आपल्या पातळाचा जरीचा पदर इतरांच्या डोळ्यांत भरण्याजोगा आहे की नाही हेच पाहात बसते. जगाच्या या स्वभावामुळे जयवंत व हिरा यांच्या अंत:करणातील आग कुणालाच दिसली नाही. आई मेली तेव्हा हिरा बारा वर्षांचीच असल्यामुळे त्या वेळी तिच्या भावी आयुष्याविषयी बोलणेच निघत नसे. पण ती चौदा पंधरा वर्षांची होताच मावशीची तारांबळ होऊ लागली. पहिला पाऊस लागल्यानंतर पेरणीला विलंब करणारा शेतकरी जसा मूर्ख, त्याप्रमाणे नुकत्याच वयात आलेल्या मुलीचा सौदा न करणारी बाईही वेडगळ, असेच तिचे मत होते. मराठी सात इयत्ता झाल्यानंतर पुढे काय करावे हे जयवंताला न कळल्यामुळे तो घरीच राहिला होता. गावात इंग्रजी शाळा नाही. बाहेरगावी जायचे तर कुणाचा पाठिंबा नाही! हिराच्या जन्माची वाताहत होऊ नये ही तर मनातली उत्कट इच्छा. शेवटी मावशीने निर्वाणीचे अस्त्र काढले. ज्या सावकाराने हिराविषयी तिच्याशी संधान बांधिले होते त्याचे तुझ्या आईने पाचशे रुपये देणे आहेत, ते पैसे फेडून मग हिराला वाटेल तिथे घेऊन जा, असे तिने जयवंताला बजावले. बुडणारा मनुष्य काडीचाही आधार घेतो त्याप्रमाणे जयवंताने मिळेल ती नोकरी करण्याचा निश्चय केला. त्याच्या हातातून उतरणाऱ्या चित्राप्रमाणे त्याचे अक्षरही सुंदर होते. हे सुंदर अक्षर पणजी येथील एका व्यापाऱ्याच्या जमाखर्चाच्या वह्यांत दिसू लागले. दोन वर्षे जीवाचा आटापिटा करून जयवंताने पाचशे रुपये जमविले. मावशीने ठरविलेल्या मुदतीचा शेवटचा दिवस आज असल्यामुळे ती रक्कम घेऊन तो आज घरी चालला होता.

स्वत:भोवती फिरत राहणाऱ्या भोवऱ्याप्रमाणे मनुष्याचे मन आत्मनिष्ठ असते. स्वत:संबंधाच्या या विचारात जयवंत इतका गढून गेला होता की, त्यावेळी त्याच्या समोरून एखादा नाग फडा वर काढून गेला असता तर तो देखील त्याला दिसला नसता. रात्री घरातली सर्व माणसांची हालचाल बंद झाली तरी घड्याळ चालूच असते. घड्याळाप्रमाणेच त्याच्या पायाचे काम चालू असल्यामुळे तो जवळजवळ नदीपाशी आला होता. रस्त्याच्या एका बाजूला दोन लहान मुले खेळत होती. जयवंताने कौतुकाने त्यांच्याकडे पाहिले.

मुलगी म्हणाली, ''भाऊ तू हो घोडा.'' मुलगा उत्तरला, ''मी नाही होणार जा. मी घोडा नाही. माणूस आहे माणूस!'' मुलगी काकुळतीच्या स्वराने म्हणाली,

“असं काय रे भाऊ? तू माझा भाऊ ना? मी तुझी बहीण ना?”

मुलाने उत्तर न देता गुडघे टेकले व मुलगी त्याच्या पाठीवर सुतळीचा चाबूक मारू लागली. हे दृश्य पाहून जयवंत सद्‌गदित झाला.

नदीजवळच्या चौकीत जाऊन जयवंताने आपले पाकीट उघडून दाखविले. पाचशे रुपयांची भर जयवंताने मोठ्या शिकस्तीने केली होती. त्यामुळे पाकिटात नवा कपडा अगर जकातीला योग्य असा कोणताच पदार्थ चौकीदाराला आढळला नाही. जयवंत घाईघाईने नदीकडे गेला; पण होडी नुकतीच सुटली होती. शक्य तितक्या लवकर घरी जायची इच्छा असल्यामुळे हा आपल्याला अपशकुनच झाला असे वाटले. नदीच्या पाण्याच्या लाटा सपसप करीत बाजूला येऊन आपटत होत्या. समुद्राला भरती आली की खाडीवजा नदीलाही भरती येते; या दृष्टीने समुद्र हा खाडीचा भाऊच नाही का, असा विचार त्या लाटा पाहून जयवंताच्या मनात येऊ लागला. थोड्याच वेळात पलीकडे जाण्याकरिता म्हणून बरीच गर्दी झालेली त्याला दिसली. नवी लुगडी नेसून आलेल्या बायका, जरीची टोपी घातलेली मुले, केस चापून चोपून बसविलेल्या मुली इत्यादी थाट पाहून आज पलीकडे कुठे तरी लग्न असले पाहिजे असे त्याला वाटू लागले. मघाची बहीणभावंडेही या घोळक्यात होतीच. मुलगा बहिणीला सांगत होता, “मी आज शिट्टी घेणार, शिट्टी आणि साखरेचे माकड.”

पोषाखावरून मुंबईकर दिसणारा एक गृहस्थ बाजूलासा उभा होता. जयवंताने त्याला सहज विचारले, “काय हो, आज गर्दी कसली आहे ही?”

“परमुलखातून आलेले दिसता तुम्ही. आज तळवण्याचा भंडारा नाही का?”

आता जयवंताला सारे आठवले. माघी पौर्णिमेला तळवण्याला मोठी जत्रा असते. हजारो लोक तिथे जातात. लहानपणी तळवण्याच्या भंडाऱ्याला जाण्याचा हट्ट आपणदेखील धरला होता.

“येता तर चला ना जत्रेला,” नवा गृहस्थ म्हणाला. “इतर जत्रांसारखी ही फाटकी-तुटकी जत्रा नाही; एका रात्रीत माणूस शेकड्यांनी पैसे कमावतो.”

एका रात्रीत शेकडो रुपयांची प्राप्ती! जयवंत स्तंभितच झाला. आज दोन वर्षे रफू केलेला कोट घालून आणि खाणावळीतले सर्वांत कमी दराचे अन्न खाऊन राहिलो तेव्हा कुठे पाचशे रुपये आपल्या दृष्टीला पडले आणि या जत्रेत एका रात्रीत शेकडो रुपये मिळतात. ही जडीबुट्टी आपणाला पूर्वी माहीत असती तर आपण तरी पणजीला जाऊन रक्ताचे पाणी कशाला केले असते? लक्ष्मीच्या मंदिराकडे जाण्याकरता पायघड्या पसरलेली जवळची वाट असताना डोंगर चढण्याची यातायात कोण करणार? जयवंत स्तब्ध राहिलेला पाहून तो नवा गृहस्थ म्हणाला,

“राव, या गोष्टी ऐकीव नाहीत हं! गतवर्षी भंडाऱ्याला गेलो तेव्हा खिशात

एक रुपया होता, एक! दुसरे दिवशी अठराशे खिशात घालून परत आलो.''

त्याचे इस्त्री केलेले कपडे, जरीचा रुमाल, हातातील अंगठ्या वगैरे पाहून जयवंताला गतवर्षीच्या त्याच्या मिळकतीची खात्री पटली. पाचशेवर त्याच्यापाशी दोन का तीन रुपये शिल्लक होते. आज पाचशे देऊन हिराची सुटका केली की या दोन तीन रुपयांवरती दोन जीवांचा संसार त्याला मांडणे भाग होते. शिवाय पाचशेची भर करण्याकरता चालू महिन्याचा पगारदेखील त्याने आगाऊच घेतला असल्यामुळे हिराला पणजीला घेऊन गेल्यावर एक महिनाभर तरी आपली भयंकर ओढगस्त होणार हे उघड उघड दिसत होते. कुणीकडून मध्यरात्रीपर्यंत घरी पोहोचले म्हणजे झाले, अशी तो आपल्या मनाची समजूत घालू लागला. हिराला पाठविलेल्या पत्रात कितीही रात्र झाली तरी मी नक्की येत आहे असे त्याने लिहिले असल्यामुळे त्याच्या मनानेही या वेळी फार आढेवेढे घेतले नाहीत. जयवंत विचारात पडलेला पाहून तो नवा गृहस्थ म्हणाला, ''विचार हा भिकेचा भाऊ! अहो, ज्यांची हिंमत त्याची दौलत. मोठ्या लढाया मारल्याखेरीज राज्ये मिळत नसतात. मी फक्त एक दिवस या जत्रेला येतो पण इतका पैसा कमावून जातो की तेवढ्यावर बारा महिने माझा संसार सुखाने चालतो.''

''येतो मी तुमच्याबरोबर,'' हे शब्द जयवंताच्या ओठावर आले होते. पण ''जयवंत, तू जुगार खेळणार काय?'' असे शब्द त्याच वेळी हृदयाच्या गाभाऱ्यातून त्याला ऐकू आले आणि किंकर्तव्यमूढ होऊन तो स्तब्ध राहिला. उद्योगी मनुष्याला लक्ष्मी माळ घालते हे त्याने पुस्तकात वाचले होते. त्याने दोन वर्षे हाडाची काडे केली असूनही लक्ष्मीने त्याच्याकडे ढुंकूनही पाहिले नव्हते. ''उद्योगाचे घरी, ऋद्धिसिद्धी पाणी भरी'' या म्हणीने अंकलिपी वाचणाऱ्या बालमनाचे कदाचित समाधान होत असेल; पण जयवंताचे मन स्वत:शी ''साहसाचे घरी, ऋद्धिसिद्धी पाणी भरी'' असेच म्हणत होते. पाचशेवर असलेल्या दोन-तीन रुपयांवर आपल्या नशिबाची परीक्षा पाहण्याचा त्याने निश्चय केला. आपल्या नव्या मित्राकडे त्याने होकारार्थी दृष्टीने पाहिले. जयवंताची येण्याची इच्छा आहे हे पाहून त्या गृहस्थानेही लोखंड लाल असेपर्यंतच त्याच्यावर घाव घालण्याचे ठरविले. इतर मंडळीपासून जयवंताला जरा दूर नेऊन तो म्हणाला,

''जुगाराला लोक वाईट म्हणतात; पण खरोखर सगळे जग जुगारी आहे. डॉक्टर रोग्याला वाचविण्याची, वकील आरोपीला फासावर सोडविण्याची किंवा मास्तर मुलाला वरच्या इयत्तेत घालण्याची हमी थोडीच देतात! पण त्यांना लोक पैसे देतातच की नाही? शिवाय सगळे जग नशिबावर चालले आहे बघा. जुगार म्हणजे नशीब! आणखी काय आहे दुसरे? जन्म हा जुगार, परीक्षा हा जुगार, लग्न हा जुगार, नि मरण हाही जुगारच. तुम्हीच पाहा—''

होडी आल्यामुळे त्याचे हे तत्त्वज्ञान तेवढ्यावरच थांबले. जयवंत त्या गृहस्थाशेजारीच होडीत उभा राहिला होता. जत्रेला जावे की जाऊ नये, नशिबाची परीक्षा पाहणे बरे की वाईट, हे त्याचे त्यालाच कळत नव्हते. नीतिनियमांनी बांधलेले मन सांगत होते, "जुगार हे विष आहे. त्याची परीक्षा पाहणारे सगळे आजपर्यंत मेले आहेत." दारिद्र्याने गांजलेले दुसरे मन म्हणत होते, "सवयीने विष देखील बाधत नाही. हलाहलही पचनी पाडणारा शंकर जगात असतोच की नाही? बी पेरलेच नाही तर आपल्या नशिबी फळ आहे की नाही हे कसे कळणार? जुगाराचा पैसा पापाचा, ही कल्पनाच चुकीची आहे. सगळे जग कायदेशीर जुगारच खेळत आहे. अव्वाच्या सव्वा नफा घेणारे व्यापारी, तारखा पुढे ढकलून दर तारखेची फी वसूल करणारे वकील, आजार विनाकारण लांबवून औषध टोचण्याचे स्वत:ला लाभदायक असलेले उपाय सांगणारे डॉक्टर, वर्गात झोपा काढून खासगी शिकवण्याचा कर मुलावर लादणारे मास्तर, हे सारे अट्टल जुगारीच आहेत. जयवंताने नदीकडे पाहिले; त्या काळ्याभोर पाण्यात काही एक दिसत नव्हते. त्याने वर मान करून तीराकडे पाहिले. एक कोळी नदीत जाळे टाकून होडीत उभा राहिला होता. थोड्याच वेळात त्याने जाळे वर काढले. जाळे माशांनी नुसते फुलून गेले होते. जयवंताला वाटले, "ज्या नदीत आपणाला काही दिसले नाही, तीतूनच या कोळ्याने आपले बायकापोरांचे पोट बाहेर काढले. मीही तीन रुपयांवर माझ्या नशिबाची परीक्षा का पाहू नये? नशीब ही अथांग नदी आहे, त्यात जाळे टाकून पाहिलेच पाहिजे." नशिबाची परीक्षा पाहायला काही रात्रीपर्यंत वाट पाहायला नको, दुपारपासूनच मंडळी खेळायला बसतात, असे त्या नव्या गृहस्थाने सांगताच जयवंताचा आनंद गगनात मावेना. नशिबाचा वारा अनुकूल असला, तर आज आपल्या आयुष्याचे तारू श्रीमंतीच्या बंदराला लागणारच असे त्याला वाटू लागले. मावशीच्या मुदतीचा शेवटचा दिवस म्हणून ज्याला अशुभ मानीत होतो, तोच आपल्या भाग्याचा पहिला दिवस ठरणार. सर्वस्वाची होळी होण्याच्या भीतीऐवजी वैभवाची गुढी आपण आज उभारणार. जयवंताचा मनोरथ वेगाने धावू लागला. मी मी म्हणणाऱ्या विरक्तांनाही मोहिनी घालणाऱ्या आशेच्या स्मितयुक्त कटाक्षाने हा अल्लड अननुभवी तरुण मुग्ध होऊन गेला यात नवल काय?

आपल्या नवीन मित्राबरोबर जयवंत तळवण्याला जाऊन पोहोचला. फराळाच्या दुकानातले थोडेसे खाऊन व चहा पिऊन ते आपल्या कामाला लागले. रहदारीच्या रस्त्यापासून दूर अशा एका पडक्या घरात जुगाराचा अड्डा बसला होता. तिथल्या लोकांची क्रूर दृष्टी आणि निस्तेज व कळाहीन चेहरे पाहताच जयवंताच्या काळजात चर्र झाले. आपण दरोडेखोरांच्या अगर पिशाच्चांच्या टोळीत येऊन पडलो नाही ना, असे त्याला वाटू लागले. पण आता माघार घेणे त्याला शक्यच नव्हते. 'माझ्याजवळ

फक्त तीन रुपये आहेत,' खेळायला बसता बसता तो म्हणाला. 'तीनीचे तीन हजार होतील,' कोणसे म्हणाले.

फाशांना हात लावताना जयवंताची छाती धडधडू लागली. संध्याकाळी घरी गेल्यावर हाच हात हिराच्या पाठीवरून आपण फिरविणार. तिला चटकन या हाताचा चटका बसला तर? फाशांना हात न लावताना उठावे व धूम पळत सुटावे, असा विचार त्याच्या मनात आला. पण अभिमान व भीती यांच्या कात्रीत त्याचे हा हा म्हणता तुकडे झाले. आपण जुगार खेळलो हे हिराला कळले नाही तरी देवाला दिसल्यावाचून राहणार नाही, हे मनात येताच त्याच्या पापभीरू मनाचा थरकाप झाला. तो गोंधळात पडला. पण त्याचा नवा मित्र त्याला डिवचून म्हणाला, "अहो, असे काय करता? नीट लक्ष द्या."

कडू औषध पिणाऱ्या रोग्याप्रमाणे चेहरा करून जयवंत खेळू लागला. आजपर्यंत त्याच्याशी लपंडाव खेळणारी लक्ष्मी आता त्याच्या हाताला लागली. त्याच्या पैशाची रास हा हा म्हणता वाढत चालली. एका तासात तीन रुपयांचे तीनशे झाले. एक मन म्हणू लागले, "ऊठ, गळ्यापर्यंत पाणी आले नाही तोच किनाऱ्यावर जा. अती लोभ करू नकोस." दुसरे मन म्हणाले, "आणखी एक डाव तर खेळून पाहा. तीनशेचे सहाशे होतील." जयवंत जागचा हलला नाही, खेळतच बसला. तळवण्याहून घर फार तर चार-पाच मैल होईल. दीड तासाचा रस्ता, रात्री पौर्णिमेचे छान चांदणे, मग घाई कशाला? रात्र पडल्यावर निघाले तरी वेळेवर पोहोचता येईल, अशा दृष्टीने त्याचे मन विचार करू लागले. दारू व स्त्री याप्रमाणे फाशांचीही नशा असते. त्या नशेत आपण कुठे चाललो आहोत, काय करीत आहोत, याचे जयवंताला भानही राहिले नाही. तो डावामागून डाव टाकीत होता. घड्याळाच्या लंबकाप्रमाणे आता त्याचा एक डाव यशाच्या तर दुसरा अपयशाच्या टोकाला जाऊ लागला. आपटल्यामुळे जास्त उंच उडणाऱ्या चेंडूप्रमाणे त्याचे मन एक डाव हरला की दुसरा जिंकण्याकरिता अधिक ईर्षेने खेळू लागे. जुगाराची दीपज्योती दुरून मनुष्याला आकर्षते. लोभी पतंग जोपर्यंत तिच्याभोवती घुटमळत असतात तोपर्यंत त्यांना आगीपेक्षा तेजाचाच अनुभव जास्त येतो. पण एकदा का त्यांनी त्या ज्योतीवर उडी घातली की ते तात्काळ होरपळून जातात. खेळाच्या नशेत या कटू सत्याचे जयवंताला मुळीच स्मरण राहिले नाही.

वयाबरोबर माणसाची, त्याप्रमाणे बैठकीच्या लांबीबरोबर जुगाऱ्यांची भूक वाढत जाते. जयवंत खेळायला बसला त्या वेळी हिंदुस्थानच्या गरीब माणसाप्रमाणे तो रुपयांत व्यवहार करीत होता; पण संध्याकाळच्या सुमारास इंग्लंड अमेरिकेतल्या मनुष्याप्रमाणे तो शंभर रुपयांच्या चवड्यांनी खेळू लागला. नशिबाने हात दिल्यामुळे अद्यापि त्याच्या मुद्दलात तूट आली नव्हती. पण रात्रीबरोबर त्याचे दुर्भाग्यही आले.

तो अधिकाधिक डाव हरू लागला. पाण्यात बुडणारा मनुष्य भलती धडपड करून जसा अधिक गटांगळ्या खातो, त्याप्रमाणे जसजसे त्याला अपयश येऊ लागले तसतसा तो मोठमोठ्या रकमा बोलून खेळू लागला. भोवताली दिवे लागलेले पाहून त्याला एकदम हिराची आठवण झाली व हृदय पिळवटल्यासारखे तो निघून जाण्याकरता ताडकन उठला. पण लगेच इतर लोकांनी त्याला हात धरून खाली बसविले. ''हजार रुपये देणे झाले आहे ते देऊन मग हो चालता हवा तिथे'' त्याचा जोडीदार म्हणाला. नक्राने पाय धरल्यावर पटाईत पोहणारालादेखील जसे बाहेर येणे शक्य होत नाही, तशी जयवंताची स्थिती झाली. हृदयात कालवाकालव होत असतानाही त्याचे शरीर पुतळ्याप्रमाणे जागच्या जागी स्थिर राहिले. आता चार अनुकूल डाव झाले की हे देणे फेडून टाकून निघून जावे असा त्याने मनाशी निश्चय केला. दैवानेही त्याच्याकडे अजिबात पाठ फिरविली नव्हती. दोन घटिकांत तो ऋणमुक्त झाला. झाले इतके चिखलात लोळणे पुरे असे मनात आणून तो उठणार तोच त्याचा जोडीदार म्हणाला,

''राव, आणखी एक डाव खेळून पाहावा. तीन रुपये घेऊन आलात, दोन-तीन प्रहर इथे तिष्ठत बसलात आणि आता हात हालवीत परत जाणार?''

जयवंतालाही वाटले एक डाव खेळून पाहावा. एवीतेवी चिखलात उतरलो आहे खरे; मग एखादे कमळ तोडून बरोबर का नेऊ नये?

भरतीची शेवटची लाट व ओहोटीची पहिली लाट या लागोपाठ येतात. जयवंत एक डाव खेळण्याकरता बसला खरा. पण प्रत्येक डाव उलटून त्याचा पाय खोलात जाऊ लागला. मोठी रक्कम बोलून त्याने जो जो कर्जाच्या कचाट्यातून सुटण्याचा प्रयत्न करावा तो तो त्याच्या डोक्यावरील ऋणाचा बोजा अधिकाधिक जडच होई. चारपाच हजारापर्यंत त्याचे देणे झालेले पाहून त्याचा जोडीदार ओरडून म्हणाला,

''दोस्तहो, या फटिंगाशी मला खेळत बसवून तुम्ही माझे नुकसान मात्र केलेत. उधारीच्या गोष्टी कराव्या तर याला गावात घर आणि रानात शेत आहे की नाही हे कुणाला ठाऊक! बस्स झाला याच्याशी खेळ! काढ रे काढ तुझ्यापाशी काय पैसे असतील ते!''

''तीन रुपये होते ते तर केव्हाच गेले,'' जयवंत भीतियुक्त मुद्रेने म्हणाला.

''अरे याच्या कोटाच्या आतल्या खिशात काही तरी आहे. ती बघ डावी बाजू किती वर दिसते आहे. काही छन छन आहे की नुसते पोकळ कागद रे?'' सर्वांनी जयवंताभोवती गराडा घातला. आता मार खाऊन वर दक्षिणा म्हणून पैसे देण्यापेक्षा आधीच पैसे देणे बरे असा विचार करून जयवंताने खिशातले ते नोटांचे पुडके त्यांच्या हातावर ठेवले. आपल्या काळजाचा लचका तोडून आपण दुसऱ्याला देत

आहोत असे त्या वेळी त्याला वाटले पण करणार काय? फाशांनी त्याच्या गळ्याला फास लावला होता.

रिकामा खिसा व दुःखाने भरलेले मन अशा स्थितीत जयवंत तळवण्याहून निघाला. हे काळे तोंड हिराला दाखविण्यापेक्षा नदीत जाऊन जीव द्यावा असा विचार त्याच्या मनात आला. नऊ तरी खास वाजून गेले होते. पाचशे रुपये जिथे मोजायचे तिथे आपल्यापाशी एक पैदेखील नाही. उघड्या डोळ्यांनी आपल्या बहिणीला आपण कुंटणखान्यात ढकलणार! आपल्या वाटेकडे डोळे लावून बसलेली हिरा, भाऊ आलेला बघून किती तरी आनंदित होईल. पण सुखाच्या अस्मानातून दुसऱ्याच क्षणी ती दुःखाच्या पाताळात जाऊन पडेल. कुठे तरी चोरी करून पाचशे रुपये मिळण्यासारखे असतील तर या वेळी चोरीदेखील करायला हरकत नाही, ही कल्पनाही त्याच्या मनात येऊन गेली. व्यसनाने मन पोखरले की पापी विचारांच्या भुंग्यांना त्यात राहावयाला आयतीच जागा मिळते.

जीव देण्याच्या विचाराइतकी ती कृती सोपी असती तर जगातील प्रत्येक प्रौढ मनुष्याने आत्महत्या केली असेच ऐकू आले असते. देवाची दया असेल तर आजच्या विलक्षण पेचातूनही आपली व हिराची सुटका होईल अशी जयवंताला अंधुक आशा वाटत होती. तो वाऱ्यासारखा धावू लागला. वर चंद्रही जणू काय त्याच्या सोबतीकरताच त्याच्याबरोबर धावत होता. आज जुगाराने आपले हात विटाळले खरे! पण चंद्राचे तेज जसे एका कलंकाने नाहीसे होत नाही त्याप्रमाणे आपले आयुष्यही या एका पापाने फुकट जाणार नाही, असा धीर चंद्राकडे पाहता पाहता त्याला आला. रस्ता सरावाचा नसल्यामुळे त्याला एकदोनदा ठेचदेखील लागली. पण हृदयाच्या वेदनांपुढे त्या ठेचांच्या दुःखाचे त्याला काहीच वाटले नाही. मधूनच दम लागला की तो हळू चाले. पुन्हा आपल्याला पोहोचायला उशीर होईल म्हणून धावू लागे. रस्त्याच्या कडेची झाडे आपल्या फांद्या हालवून 'जा, धावत जा,' असे आपणास सांगत आहेत असा त्याला भास झाला. चांदण्याच्या प्रवाहात सारे जग बुडून गेले होते; पण जयवंताच्या अंगाची काहिली होत होती. आकाशात पांढरे शुभ्र मेघ इतस्ततः पसरले होते. जणू काय कोमल चंद्राचा प्रवास सुखकर व्हावा म्हणून परांच्या पायघड्याच पसरल्या होत्या तिथे. धावता धावता कुठे तरी बाजूला बहरलेल्या निशिगंधाचा सुवास जयवंताला आला. सारी सृष्टी आनंदात व उत्सवात रममाण झालेली पाहून जयवंत संतप्त झाला. दुसऱ्याच क्षणी त्याच्या हृदयातून कोणी तरी बोलले 'सृष्टी कधी जुगार खेळत नाही, नशिबाची भलत्या मार्गाने परीक्षा पाहात नाही; म्हणूनच ती आनंदात आहे.' जयवंताला हे पटले. दिवसा प्रकाशण्याची चंद्राने व फुलण्याची निशिगंधाने कधीही धडपड केली नाही. माघमासातील मेघ पावसाळ्यातील मेघाशी आपली तुलना करून कधीच

दु:खी होत नाहीत.

भांबावून गेल्यामुळे फाटे फुटतात त्या ठिकाणी आपण रस्ता चुकलो हे त्याला लवकर कळून चुकले. जखमेवर जखम झाली. हेलपाटा घेऊन तो पुन्हा थोडा परत आला व दुसऱ्या रस्त्याने जाऊ लागला. त्याचे सारे लक्ष घराकडे लागले होते. जसजसे घर जवळ येऊ लागले तसतसे त्याचे पाऊल मंदावले. हिराला काय सांगू? चोरांनी लुटले म्हणून सांगितले तर तिचा विश्वास बसेल का? पुन्हा पाचशे रुपये मिळवायला दोन वर्षे पाहिजेत. तेवढी मुदत मावशी व सावकार हिराला देतील का? एक ना दोन, अनेक प्रश्न त्याच्या मनात थैमान घालू लागले. पुढल्या बाजूपेक्षा मागच्या बाजूने जाणे बरे असे वाटून तो आपल्या परसात शिरला. पाहतो तो उजवीकडल्या विहिरीच्या बाजूला दिवे दिसत होते. जयवंताचे पाय गारठून गेले! हृदय केवढ्याने तरी धडधडू लागले. हळूहळू विहिरीजवळच्या झाळकीच्या आड तो उभा राहिला. विहिरीपाशी उभा असलेला एक मनुष्य म्हणत होता, ''काय वेडी पोर हो! पाच मिनिटांनी सावकाराची पट्टराणी होणार होती. बाहेर जाऊन येते म्हणून सांगितलंन आणि येऊन विहिरीत उडी टाकली!''

थोड्याच वेळात हिराला विहिरीतून वर काढण्यात आले. विहीर फारशी रुंद नसल्यामुळे तिच्या कपाळाला आणि हातापायांना चांगलीच इजा झाली होती. कुठे थोडेसे खरचटले होते तर कुठे चांगले रक्त येईपर्यंत लागले होते. तिच्या अंगावरील पातळ ओले असल्यामुळे अंगाबरोबर चापून चोपून बसविल्यासारखे दिसत होते. केसावरून निथळणारे पाणी दिव्याच्या प्रकाशात सरातून गळून पडणाऱ्या मोत्यांप्रमाणे भासत होते. हिराच्या कपाळावरील व अंगावरील रक्त पाहून 'तू, तू, हे रक्त काढलेस. बहिणीचा खून करणारा बेरड तू,' असे कोणीतरी आपणाला म्हणत आहेसे जयवंताला वाटले. चटकन पुढे जावे व हिराला पोटाशी घट्ट धरून तिच्या जखमातून बाहेर येणारे रक्त अश्रूंनी धुऊन काढावे अशी त्याला प्रबळ इच्छा झाली. पण सावध झाल्यावर भावाने पैसेदेखील आणले नाही, आता आपल्या सुटकेची तिळभरदेखील आशा राहिली नाही, असे पाहून ती पुन्हा निराशेने मूर्च्छित पडेल ही कल्पनाही त्या इच्छेच्या पाठोपाठ त्याच्या मनात उभी राहिली. आपण पाचशे रुपये घेऊन येणार व सावकाराच्या हातून हिराची सुटका करणार ही गोष्ट शेजाऱ्यापाजाऱ्यांना थोडी फार माहीत असण्याचा संभव असल्यामुळे आपण हात हालवीत आलेलो पाहून सर्वजण आपणाला छी: थू करतील ही भीतीही त्याला भेडसावू लागली. जयवंत या भिन्नभिन्न विचारांच्या घोळात फिरत आहे इतक्यात त्याच्या मावशीसह सावकार विहिरीकडे आले. ''फार काही लागले नाही. आता थोड्याच वेळात सावध होईल,'' हातात दिवा घेऊन उभा असलेला इसम म्हणाला. ''शर्थ झाली बाई अलीकडच्या पोरींची. आमच्या वेळेला काही बाई असली चालरीत नव्हती. यजमानांना

भेटायला कशा एका पायावर तयार असत पोरी,'' मावशींनी मल्लिनाथी केली. सावकारांनी हिराकडे निरखून पाहिले व ते म्हणाले, ''जखमा मोठ्या नसल्या तरी लागले आहे बरेच. कुणी तरी जाऊन मोटार आणा जा. वेंगुर्ल्याच्या इस्पितळात ठेवली म्हणजे हा हा म्हणता ती बरी होईल.'' ''कशाला हवी वेंगुर्ल्याला पाठवायला? इतका तुमचा पैसा वर आला आहे की काय? लावली चार झाडपाल्याची औषधं म्हणजे होईल महिनाभरात बरी!'' मावशींनी सूचना केली. ''बरी व्हायला महिना सोडून दोन महिने लागले तरी हरकत नाही पण म्हणतात ना, देण्याची न दुखण्याची हयगय होऊ नये. तुमची हिरा म्हणजे हिरा आहे नुसता मावशी! कुबेराची संपत्ती ओवाळून टाकावी तिच्यावरून.'' ''आहेच माझी बाळ तशी गुणाची.'' तोंडाला पाणी सुटल्यामुळे मोहरा बदलून मावशी म्हणाल्या. हिराला उचलून घेऊन सर्व मंडळी घराकडे गेली. जयवंत मात्र जिथल्या तिथे उभा होता. त्याने वर पाहिले तो पौर्णिमेचा चंद्र पूर्ववत् हसत होता. ज्या विहिरीला घटकेपूर्वी मृत्यूच्या जबड्याचे रूप आले होते ती आता अत्यंत शांत व सौम्य दिसत होती. पाचोळ्यावर पाऊल पडून आवाज होईल म्हणून सांभाळून जयवंत विहिरीकडे गेला. हिराला काठावर जिथे ठेविले होते त्या जागेजवळ गुडघे टेकून तो ढळढळा रडू लागला. आपले हुंदके कोणाला ऐकू जातील तर नकळत निघून जाण्याचा बेत पार पडणार नाही म्हणून त्याने अश्रू व हुंदके आवरले आणि त्या जागेचे वाकून चुंबन घेतले. चांदण्यात त्या ठिकाणी पडलेले हिराच्या रक्ताचे थेंब त्याला दिसले, ते पाहून त्याच्या अंगावर शहारे उभे राहिले. ते रक्त रागाने आपल्याकडे पाहात आहे असा त्याला भास झाला. सर्प पाहून दचकावे त्याप्रमाणे तो मागे सरला, आणि पाऊल न वाजविता परसातून पसार झाला.

हिराला सावकार वेंगुर्ल्याच्या इस्पितळात महिना पंधरा दिवस तरी ठेवणार. या अपघाताने हिराच्या सुटकेची मुदत तेवढी तरी वाढली असे मनात येऊन जयवंताला बरे वाटले. पण मुदतीबरोबर कर्जाचा बोजाही वाढला हे लक्षात येताच त्याचे हातपाय गळून गेले. हिरा बरी व्हावी म्हणून सावकार चारदोनशे रुपये तरी खर्च करणार. जरूर असणाऱ्या रकमेला आपल्याला कोणी विकत घेईल तर आपण जन्माची गुलामगिरीदेखील पत्करू, असे तो स्वत:शी म्हणत होता. पण सगळे जग पैशाचे गुलाम झाल्यामुळे जिथे गुलाम विकत घेण्याची चालच बंद पडली तिथे बिचाऱ्या जयवंताची इच्छा फलद्रूप कशी होणार? गावातील निर्जन रस्त्याने जात असताना वाटेत त्याला सावकारवाडा लागला. त्यातील घराकडे दृष्टी जाताच जयवंताचे मन क्षुब्ध होऊन गेले. दारूबाजी, वेश्यागमन, वगैरे व्यसनासाठी पाण्यासारखा पैसा खर्च करण्याचे सामर्थ्य या लोकांना देवाने द्यावे आणि बहिणीच्या शीलाची राखरांगोळी होऊ नये म्हणून धडपड करणाऱ्या आपल्यासारख्या मनुष्याला

त्याने कफल्लक ठेवावे याचा त्याला फार राग आला. क्षुब्ध, खिन्न, अर्धवट भ्रमिष्ट अशा मन:स्थितीत त्याने कशीबशी पणजी गाठली. वाटेत पुढे जाणारा वाटसरू दिसला की याच्या खिशातले पैसे सापडतील तर किती बरे होईल, हा विचार त्याच्या मनात आल्यावाचून राहात नसे. पेडण्याहून म्हापशाला जाताना त्याला एक व्यापारी भेटला. त्याचेजवळ हजारपाचशेचा ऐवज असावा असे त्याच्या बोलण्यावरून दिसले. रस्त्यावर मागेपुढे कोणीच नव्हते. याची हृदयक्रिया एकदम बंद पडून हा जागच्या जागी मेला तर किती बरे होईल, असा दुष्ट विचार त्याच्याशी बोलता बोलता जयवंताच्या मनात चमकून गेला. त्याच्या मृत्यूमुळे अनाथ होणारी त्याची बायकापोरे डोळ्यापुढे उभी राहताच मात्र जयवंताला आपल्या दुष्ट विचारांची लाज वाटू लागली.

पणजीला पोहोचताच त्याच्या मालकाने विचारले, "का हो, आजारीबिजारी होता की काय? चेहरा अगदी उतरलेला दिसतो." 'प्रवासाचा शीण असेल' असे उत्तर देऊन जयवंताने वेळ मारून नेली. घाण्याला जुंपलेल्या बैलाप्रमाणे मुकाट्याने जमाखर्चाच्या कामाला लागण्याखेरीज त्याला गत्यंतरच नव्हते. जमाखात्याला शेकड्यांची रक्कम लिहिताना समुद्रात बुडून आपण कोरडेच राहात आहो याची पदोपदी त्याला आठवण होऊ लागली. आपल्या मालकापाशी बराच पैसा शिल्लक आहे हे काही त्याला कुणी सांगायला नको होते. पण दुथडी भरून जाणाऱ्या गंगेचा उपयोग मारवाडात तळमळणाऱ्या प्रवाशाला कसा होणार? श्रीमंताच्या साठवून ठेवलेल्या पैशाने जगातील कितीतरी माणसे सुखी होऊ शकतील. पण स्वत:ला पैशाची ऊब पाहिजे म्हणून इतर थंडीत कुडकुडत असले तरी ते पर्वा करीत नाहीत. बुद्धिमान मुलाच्या महत्त्वाकांक्षा पैशाच्या अभावी गोठून जातात. गोरगरिबांच्या उमेदी पैशाच्या अभावी जमीनदोस्त होतात. अनाथ अपंगाचे प्राण पोटाच्या आगीत जळून जातात आणि शेकडा नव्वद लोक असे तडफडत, होरपळत, किंकाळत असताना लोक आपल्या तिजोऱ्यांना भक्कम कुलपे ठोकतात, बँकबुके पाहून आनंदित होतात आणि दागिन्यांची मिरवणूक काढीत बसतात. तांब्याच्या पैशाला महाग झालेल्या जयवंताला हे सर्व तत्त्वज्ञान सुचणे स्वाभाविक होते. साध्या धुराने डोळ्यांतून पाणी येते; उलट श्रीमंतीच्या धुराने डोळ्यांतील पाणी आटते ही गोष्ट त्याने लक्षात आणली असती तर आपल्या तत्त्वज्ञानाचा फोलपणा त्याला सहज कळून चुकला असता.

पण श्रीमंतांना मनातल्या मनात लाखोली मोजून तो लक्षाधीश थोडाच होणार होता? लढाया उत्पन्न करून स्वत:च्या महत्त्वाकांक्षांची तृप्ती करणाऱ्या मुत्सद्द्यांच्या नावाने शिपायांच्या बायकांनी कितीही बोटे मोडली तरी त्यांचे घरधनी लुळेपांगळे होऊन घरी जायचे काही चुकत नाहीत. 'काय करावे?' हे पंचाक्षरी भूत जयवंताला

रात्रंदिवस भेडसावू लागले. या भूताला वठणीवर आणणारा पंचाक्षरी कुठे शोधायचा हेच त्याला कळेना. फाशीची शिक्षा झालेला मनुष्य एक-एक दिवस मागे पडला म्हणजे जसा अधिकाधिक खिन्न होतो तशी जयवंताची स्थिती झाली. पणजीला आल्यापासून तिसरे की चवथे दिवशी शेजारच्या पेढीवरील कारकुनाला सोडतीत तीन हजार रुपये आल्याची बातमी त्याला कळली. पाच-दहा रुपयांच्या भांडवलावर तीन हजार रुपये नफा! जयवंताचे रक्त सळसळू लागले. आता धावत जाऊन सोडतीची तिकिटे घ्यावी असे त्याला वाटू लागले. चार-पाच ओळखीच्या लोकांकडे जाऊन महिन्याच्या बोलीने त्याने प्रत्येकाकडून रुपया दोन रुपये मिळविले व देवाचे नाव घेऊन सोडतीची तिकिटे घेतली. लक्ष्मीच्या गर्भवासाची मुदत महिन्याची असल्यामुळे पुढील सर्व महिना त्याने आशाळभूतपणाने काढला. सोडतीत मोठे बक्षीस मिळाल्याची त्याला स्वप्ने पडू लागली.

पण भक्त एकनिष्ठ असला तरी देवतेच्या चंचलपणाला तो कसा आळा घालू शकणार? सोडतीचे बक्षीस मिळाल्यावरच हिराला पत्र पाठविणे बरे असे वाटून जयवंत स्वस्थ बसला होता. सोडतीच्या निकालात त्याला हजाराचे लांब राहो, तीन रुपयांचेदेखील बक्षीस मिळाले नाही. उसने काढलेले पैसे मात्र भरावे लागले. या अपेशाने जयवंताची सोडतीत पैसे घालण्याची इच्छा मंदावण्याऐवजी बळावली. कारण त्याला नाही तरी दुसऱ्या कितीकांना मोठमोठ्या रकमा मिळाल्या होत्या. आज ना उद्या मारलेल्या पहिल्याच धोंड्याने फळ पडत नाही, पेरलेल्या धान्यातले सगळेच कण उगवत नाहीत, वगैरे दाखवल्यांनी मनाचा हताशपणा त्याने नाहीसा केला. दुसऱ्या खेपेला खाणावळीपुरते पैसे ठेवून बाकीचे सर्व त्याने सोडतीत घातले. पण सोडत त्याच्यावर प्रसन्न झाली नाही. जयवंतही हट्टाला पेटला. आपले थोडेफार पैसे गेलेच आहेत, आता थोडक्यासाठी माघार घेणे शहाणपणाचे नव्हे असे म्हणून तो दर महिन्याला नोटा देऊन त्याच्याऐवजी तिकिटे संपादन करू लागला. बक्षीस आल्याशिवाय हिराला पत्र लिहिण्यात अर्थ नाही असे जे त्याच्या दुबळ्या मनाला वाटत होते तेच बरोबर आहे अशी त्याची पक्की खात्री झाली.

पगाराच्या पैशाने फारशी तिकिटे येत नाहीत म्हणून मिळेल तेवढे कर्ज काढण्याची कुबुद्धी ओघानेच त्याला सुचली. व्यापारी नाही का कर्ज काढून व्यापार करीत? विद्यार्थी नाही का कर्ज काढून शिकत? त्यातलाच हा प्रकार, हे मनाच्या टोचणीला त्याने ठराविक उत्तर असे. हिराची आठवण होऊन पैशाच्या या मृगजळामागे धावायचे नाही, आपल्या मनगटाच्या शक्तीने विहिरीचे पाणी काढून प्यायचे असे त्याने एक-दोनदा मोठ्या मनोनिग्रहाने ठरविले. पण पहिल्या खेपेला त्याच्या खालच्याच नंबरला पाच हजाराचे बक्षीस आले. झाले! अवघा एकच नंबर चुकला! बक्षीस आपल्याजवळ येऊ लागले आहे असे लोभाने अंध झालेल्या त्याच्या मनाला

वाटले. बक्षिसाचा पायंडा पडला. नशिबाची नजर अनुकूल झाली, आता हा हा म्हणता आपण भाग्याच्या शिखरावर जाऊ अशी मोहिनी यामुळे त्याला पडली. तब्बल एक वर्ष तो या मृगजळामागे धावत होता. पगाराचा सर्व पैसा जाऊन वर पाचशे रुपये कर्ज झाले. "पैसे केव्हा देता?" असा प्रश्न पदोपदी विचारला जाऊ लागल्यामुळे गावातून फिरण्याची त्याला चोरी झाली. घुबडाप्रमाणे एका भिकारड्या खोलीत कामाखेरीजचा सर्व वेळ तो काढू लागला.

पृथ्वीची सूर्याभोवतालची एक प्रदक्षिणा पुरी झाली. पुन्हा माघी पौर्णिमा आली. वेळ झाली की दारूबाजाला दारूवाचून जसे सुचेनासे होते त्याप्रमाणे जयवंताचे झाले. मागच्या माघी पौर्णिमेला तळवण्याला आपण पाचशे रुपये गमावले, या पौर्णिमेला पाच हजार कमावण्याचा योग नसेल कशावरून? 'गमावेल तो कमावेल' हेच खरे. बस्स! तळवण्याच्या जत्रेला जायचे व नशिबाची शेवटची परीक्षा पाहायची. पैसे मिळाले तर घरी जाऊन हिराला भेटायला काही हरकत नाही. पण हिरा आता कोणत्या स्थितीत असेल? एक वर्ष होत आले. आपल्याकडून बोटभर चिठ्ठीदेखील नाही. शीलरक्षणाकरिता तिने जीव दिला असेल की ती सावकाराची राख होऊन बसली असेल? जयवंताच्या अंत:करणाला इंगळ्या लागल्या. पण स्वस्थ बसून काहीच उपयोग नव्हता. तळवण्याच्या जत्रेत पाच हजार रुपये मिळतील खरे! पण पाच हजाराचे पीक काढायला शेदोनशे पेरले पाहिजेत ते कुठून येणार! ओळखीचा मनुष्य आता त्याला एक पैदेखील द्यायला तयार नव्हता. दुकानातल्या पैशाखेरीज दुसरा मार्ग जयवंताला दिसेना. तळवण्याला जाऊन यायला अवघे दोन दिवस लागतील. दुकानाच्या चालू हिशेबातील शेदोनशे रुपये दोन दिवस वापरले म्हणून काय होते? आधी दर्यामे खसखस एवढीच ती रक्कम! तिची अफरातफर झाल्याचा पत्ता मालकांना लागताना पंचाईत. लागला तर शेशंभर रुपये जास्ती देऊन त्याचे तोंड बंद करिता येईल. दोन दिवसांत तो फिर्याद तर करायला जात नाही. पौर्णिमेच्या आदल्या दिवशी मालक जेवायला घरी गेलेले बघून त्याने किल्ल्या चालवल्या व दोनशेच्या नोटा काढून घेतल्या. गतवर्षाप्रमाणे दोन दिवसांची रजा काढून त्याने तळवण्याचा रस्ता सुधारला.

गेल्या सालाप्रमाणे यंदाही त्या पडक्या घरात जुगाराचा अड्डा बसला होता. जयवंताच्या ओळखीचे बरेचसे चेहरे तिथे दिसत होते. फाशांना हात लावताना आज त्याचे हृदय धडधडले नाही, पापपुण्याची भीती त्याच्या मनात उभी राहिली नाही. अंगात वारे संचारल्याप्रमाणे तो जोरजोराने डाव टाकीत होता, डाव जिंकला की मोठमोठ्याने हसत होता, आणि डाव हरला तरी डरत नव्हता. आज लक्ष्मीला फरफर ओढून माझ्याकडे तरी आणीन, नाही तर मृत्यूच्या गळ्याला मिठी तरी मारीन असा त्याने निश्चयच केला होता. हळूहळू तिन्हीसांज झाली. दोनशेच्या

भांडवलावर जयवंताने बावीसशेची कमाई केली होती. परंतु तेवढ्याने त्याचे समाधान झाले नव्हते. तो खेळतच राहिला होता. इतक्यात जवळच्याच गड्यापैकी एक दुसऱ्याला "काय राव आज तुमचे लक्ष खेळात नाही. हिराकडे गेले आहे वाटते? पण सांभाळा हो! हिरा पचवायला फार कठीण असतो" असे कायसे म्हणाला. ते त्याच्या कानावर पडले. त्या वाक्याचा अर्थ ध्यानात घेण्याइतका तो भानावरच नव्हता. पण 'हिरा' या शब्दाने त्याला बहिणीची आठवण झाली. क्षणमात्र भगिनीप्रेमाने जुगाराच्या मोहावर मात केली. हिराकडे जाण्याकरता जयवंत उठला व दाराकडे वळला. दारात त्याला विलक्षणच देखावा दिसला. त्या घराला पोलिसांनी घेरले होते. दारातल्या जयवंताच्या छातीवर बंदक रोखून एक अधिकारी म्हणाला,

"मुकाट्याने स्वाधीन होतोस की नाही?"

मघाशी जयवंताच्या हातात फासे व पैसे खुळखुळत होते; आता त्याच्या हातात हातकड्या खळखळू लागल्या.

जुगार खेळण्याच्या गुन्ह्याबद्दल जयवंत तुरुंगात गेला. त्यातच दुकानावरील पैशाच्या अफरातफरीची भर पडून तो पक्का बदमाश ठरला. आता महिनेच्या महिने त्याला सरकारचा पाहुणचार घेत बसायचे होते. सकाळपासून संध्याकाळपर्यंतचा त्याचा वेळ सक्तमजुरीत कसा तरी जाई; पण त्याच्याभोवतालचे सारे जग निद्राधीन होऊ लागले की त्याच्या मनातील जग जागृत होई. तीन-चार वर्षांपूर्वी घरी निर्मळ, निष्पाप हिराला सीतासावित्रीच्या गोष्टी सांगत सांगत तो झोपी जात असे. जुगार, दारू, वेश्या, खोटी साक्ष हीच ज्यांची आराध्यदैवते अशा सोबत्यांच्या सहवासात आता त्याला निद्रेची आराधना करावी लागे. त्याचे मन मेलेले नसल्यामुळे अशा स्थितीत त्याचा चार चार तास डोळादेखील लागत नसे. रस्त्यातल्या भिकाऱ्याला, घरात अन्नाचा कण नसणाऱ्या भणंगाला, साऱ्या जगाने झिडकारलेल्या अनाथालादेखील जी निद्रामाता जवळ करते तिने आपल्याकडे ढुंकूनदेखील पाहू नये इतके आपण पतित झालो असे त्या भयाण वेळी जयवंताला वाटू लागे. भीती, पापवासना इत्यादी दुष्ट विकारांप्रमाणे पश्चात्ताप, दृढनिश्चय इत्यादी कोमल विकारही रात्रीच्या पोटी जन्माला येतात. या कुशीवरून त्या कुशीवर वळताना हिरा आपणाकडे तांबडे लाल डोळे करून पाहात आहे असा जयवंताला भास होई व भीती वाटून तो आपले डोळे मिटून घेई. पण मिटलेल्या डोळ्यांनाही हिरा दिसू लागे. "दादा, माझ्या जन्माचा सत्यानाश तू केलास, दादा, तू केलास," हे तिचे शब्द त्याच्या कानात तापलेल्या तेलाप्रमाणे शिरत असत. त्या शब्दांचा मार असह्य झाला की जयवंत एखाद्या लहान मुलाप्रमाणे ढळढळा रडू लागे. पण तिथे त्याचे सांत्वन करायला कोण येणार होते? दुसरे दिवशी त्याचे डोळे ओढलेले दिसले की त्याचे सोबती विचारीत 'रात्री झोप आली नाही वाटते? खरे आहे बाबा? झाडलोट, दळण वगैरे

शंभर कामे केली तरी हात काही फाशांची आठवण विसरणार नाही. शिवाय दारूचा पेला आणि गुलजार नायकिणीची हनुवटी ह्याची चटक जाणार तरी कशी?' असले प्रश्न ऐकताच जयवंत लज्जेने खाली मान घाली. ज्या गोष्टी त्याने स्वप्नातदेखील चिंतिल्या नव्हत्या त्यांचा आरोप त्याच्यावर लादला जात होता. पण उजळ माथ्याने या आरोपांचा त्याला इन्कार करता येणे शक्य नव्हते. वेजी उतरलेल्या व उकिरड्यावर पडलेल्या मोत्याच्या दाण्याची मूळची किंमत दुरून जाणाऱ्या लोकांना कशी होणार? उकिरडा फुंकायला येणाऱ्या गाढवाशीच त्या मोत्याची गाठ पडायची व त्यांच्या पायाखाली चुरून जाण्यातच त्याचा शेवट व्हावयाचा.

सरकारी इमारती, बगीचे वगैरे ठिकाणी कैद्यांना कामाला नेत असत. अशा वेळी जयवंताला आपला चेहरा अजिबात बदलला असता तर किती बरे झाले असते असे वाटू लागे. शाळेला जाणारी लहान मुले भूतपिशाच्चाकडे पाहावे त्याप्रमाणे विस्मित व भयभीत दृष्टीने त्यांच्याकडे पाहात. एकदा तर आपल्या गावी आपल्याबरोबर मराठी शाळेत असलेला एक मुलगा जयवंताला दिसला. त्याच्या मागे एक पट्टेवाला चालला होता. कैद्याच्या बरोबर शिपायाने त्याला सलाम केला. त्यावरून तो कोणीतरी अधिकारी असावा हे उघड दिसले. त्याने व जयवंताने एकमेकांकडे एकाच वेळी पाहिले. दोघांनाही ओळख पटली पण कुणीच ओळख दिली नाही. या वेळी धरणी दुभंगून आपल्याला पोटात घेईल तर बरे होईल असे जयवंताला झाले. शाळेत त्याच्याखाली नेहमी नंबर असणारा मनुष्य पट्टेवाला व सलाम घेऊन अधिकारी म्हणून मिरवत जात होता आणि त्याच्यापेक्षा हुशार म्हणून गाजलेला जयवंत हातापायात बेड्या घालून घेऊन शिपायांच्या देखरेखीखाली रस्त्यांची झाडलोट करण्याला चालला होता. या अध:पतनाचे मूळ काय? दुर्दैव? मुळीच नाही. त्या दिवशी तळवण्याला जाण्याचा मोह जर आपण आवरला असता तर आज आपणाला तुरुंगात यावे लागले नसते. आपण गरीब राहिलो असतो तरी आपल्या या शाळासोबत्याइतकाच उजळ माथ्याने जगात फिरायला आपणाला कोणतीही हरकत नव्हती. हिराच्या हातची पेज बासुंदीपेक्षा गोड लागली असती आणि आपल्या सुखाला पारावार उरला नसता? पण हे सगळे तळवण्याला गेलो नसतो तर! पश्चात्तापाच्या अग्नीतही जळून न जाणारी काही पापे असतातच. जुगार हे त्यातलेच पाप आहे.

त्याचे अनुतप्त मन स्वत:शी नेहमी ''ढेकणाच्या संगे हिरा तो भंगला'' हा चरण गुणगुणू लागले. य:कश्चित दिसणाऱ्या जुगाराने आपणाला माणसांतून उठविले, आपल्या मनोरथाचे तुकडे तुकडे केले, आपल्या चरित्रपटाला डांबर फासले, ही जाणीव तीव्र झाल्यामुळे त्याला हा चरण म्हणजे जणू काय स्वत:च्या आयुष्याचे शब्दचित्रच वाटू लागला. तळवण्याला जुगारी टोळी पकडली गेली त्या दिवशी

जयवंताजवळच बसलेल्या इसमाला वारंवार त्याच्या तोंडून हा चरण निघालेला पाहून नवल वाटले. शेवटी तो म्हणाला, ''काय राव, इथेही तुरुंगातही 'हिरा' तोंडात येते आहे! डोळ्यांची तहान शब्दांवर भागवून घेता आहा झाले.''

''हिरा कुठली?'' जयवंत आश्चर्यचकित होऊन म्हणाला.

''अगदी नकळत्यावरच घालता आहा. हिरा नायकिणीचे नाव माहीत नाही असा जुगारी इकडच्या बाजूला मिळेल तरी का?''

''खरेच मला माहीत नाही ती.''

''मग फुकट जुगारात पैसे कमावलेत न गमावलेत! काय मारू पाखरू आहे म्हणता! गाल म्हणजे पिका कलमी आंबा. रंग कसा गिनीसारखा. डोळ्यांतली जादू तर! अहो एका महिन्यासाठी मी पाचशे रुपये ओतले आहेत ना तिच्या पायावर!''

धडधडणारे हृदय दोन्ही हातांनी दाबून धरून जयवंत म्हणाला,

''गोव्यातलीच आहे वाटतं बाई ही?''

''गोव्यातली? अहो या बाबतीत गोव्याचे एकदा नाव झाले आहे एवढेच. गोव्यातल्या नायकिणी हिच्या मोलकरणीदेखील शोभणार नाहीत. गेल्या सहा-सात महिन्यांत दहा हजारांवर कमाई केली आहे तिने, राव.''

''इकडलीच कुठली आहे वाटते?'' जयवंताच्या कोरड्या जिभेने प्रश्न विचारला.

''आरवंद्याकडलीच आहे. तिची हकीगत तर फारच मजेदार आहे बुवा. पहिल्या दिवशी पापाला भिऊन हिने म्हणे विहिरीत उडी टाकली होती. आता मात्र महिना न् यजमान बरोबर बदलत आहेत. नुसता लिलाव चालविला आहे बेटीने. हो, तिने तरी का कमाई करू नये म्हणा. लोकांच्या नुसत्या उड्या पडताहेत. कुठे मोलकरीण राहिली असती तर महिना पाच रुपये कुणी दिले नसते. पण आज दिवसाला पंचवीस रुपये लोळण घेताहेत. काय एकेका बाईचे भाग्य असते बघा.''

हे रसभरित व्याख्यान ऐकता ऐकता जयवंताने आपले तोंड झाकून घेतले होते. पण ते त्याच्या सोबत्याच्या लक्षात आले नव्हते. त्याच्याकडे लक्ष जाताच तो म्हणाला,

''नुसते वर्णन ऐकून घायाळ झाला वाटते? मग उद्या सकाळी पाहाल तर प्राणच सोडाल!''

आपल्याविरुद्ध चाललेले संभाषण चोरून ऐकण्याचा मोह जसा आवरत नाही त्याप्रमाणे ही हिरा नायकीण आपली बहीणच आहे असे वाटून हृदयाला वृश्चिकदंशाच्या वेदना होत असतानाही हिरा नायकीण दाखविण्याविषयी सोबत्याला विनंती करण्याचा मोह जयवंताला आवरला नाही.

''अलीकडे दोन दिवस तर आपण तिच्या घरावरूनच कामाला जातो. तुम्ही खाली पाहात जाता म्हणून ती तुम्हाला दिसली नाही. अहो, देवाने रत्ने वर आणि

खाली दगड ठेवले आहेत. म्हणून माणसाने नेहमी वर बघत चालावे.''

सोबत्याचे हे उत्तर ऐकल्यापासून जयवंताच्या डोळ्यांपुढे हिरा नाचू लागली. तिचे डोळे हरिणासारखे तेजस्वी, निष्पाप व सुंदर राहिले असतील का? तिचे मन या घाणीतून सुटण्यासाठी धडपडत असेल का? भलभलत्या विचारांनी त्याच्या डोक्यात एवढा गोंधळ माजविला की, आपण वेडे तर झालो नाही ना अशी त्याची त्यालाच शंका आली. कैदी कामावर निघाले तेव्हा त्याचा चेहरा पांढरा फटफटीत पडला होता. शिपायाच्या ही गोष्ट लक्षात आली व तो म्हणाला, 'नंबर १५, तू आजारीबिजारी आहेस काय? तसे असले तर डॉक्टरसाहेबांकडे चल. डॉक्टरसाहेबांनी आजारी ठरविले तर दोन दिवस काम तरी चुकविता येईल.' जयवंताने आपण आजारी नाही असे सुचविले. दवाखान्याला वळसा घालून कैदी थोडे पुढे गेले तोच जयवंताच्या कानावर त्याच्या सोबत्याचे शब्द पडले. 'ती उजव्या हाताची हिरवी माडी बघ. उघडीच दिसते आहे खिडकी.' अजून घर यावयाचे होते. पण जयवंत निश्चल नजरेने पाहू लागला. याच वेळी थुंकण्यासाठी कोणीतरी गृहस्थ त्या माडीपुढील गच्चीवर आला. पांढरे केस, सुरकुतलेला चेहरा, पोक आलेली पाठ, असे ते ध्यान होते. पुन्हा जयवंताच्या कानावर शब्द पडले, 'या थेरड्याने गाठलीन का हिला! कोकणपट्टीतील एक शिल्लक ठेवली नसेल बेट्याने. छप्पन्न रोग आहेत स्वारीला, पैसा व रोग दोन्ही भरपूर मिळणार...ला.' चूप रहा' पुढचा शिपाई मान वळवून दरडावणीच्या स्वराने म्हणाला. हिरवी माडी जवळ येत चालली. आपल्या भोवतालचे जग गरगर फिरत आहे असे जयवंताला वाटू लागले. गच्चीवरील खोकड आत गेला होता. हळूहळू खिडकी दिसू लागली. त्या म्हाताऱ्याच्या उजव्या हातात कुणाचासा सोन्याची कांकणे असलेला हात होता. त्याने आपला डावा हात उंच धरला होता. यावरून त्याने तो दुसऱ्या माणसाच्या खांद्यावर टाकला होता. आता खिडकी स्पष्ट दिसू लागली. म्हातारा त्या स्त्रीचे चुंबन घेत होता. खिडकी आता समोर आली. कैद्यांच्या पायांतील बेड्यांचा आवाज ऐकून त्या स्त्रीने झटकन आपले तोंड फिरविले व ती रस्त्याकडे पाहू लागली. जयवंताने तिच्याकडे पाहिले. तिचे शरीर पूर्वीच्या हिरेचेच होते. पण डोळे मात्र पूर्वीच्या हिरेचे नव्हते. हरिणीऐवजी वाघिणीप्रमाणे तिची दृष्टी झाली होती. डोळ्यांतील अमृताची जागा दारूने घेतली होती. जयवंताचे पाऊल पुढे पडेना. कोणी तरी आपले हृदय करवतीने कापीत आहे असे त्याला वाटले. तो वेड्यासारखा ओरडला, 'हिरा!' हिरेचे लक्ष त्याच्याकडे गेले. जयवंत थांबल्यामुळे मागील कैदी थांबले होते. शिपाई मोठ्याने ओरडून म्हणाला, 'नं. १५, चलाव. कामाची खोटी होत आहे.' नं. १५ च्या पायातील बेडी वाजली नाही. तोंडातून मात्र 'हिरा' एवढेच शब्द बाहेर पडले. खिडकीतील स्त्रीचा चेहरा गोरामोरा झाला होता. आपले तोंड हातांनी झाकून ती ओक्साबोक्शी रडू

लागली. गरगर डोळे फिरवीत जयवंत ओरडला, 'हिरा, हिरा!' मागील शिपाई तारस्वराने ओरडला, 'नं. १५, बडबड बंद कर; नाही तर फटके बसतील.' त्याचे हे वाक्य पुरे होण्याच्या आधीच नं. १५ धाडकन रस्त्यावर पडला होता.

त्याच दिवशी वेड्यांच्या इस्पितळात एक इसम दाखल करण्यात आला. त्याला नाव विचारा, गाव विचारा, वाटेल ते विचारा; तो एकच उत्तर देतो, ''ढेकणाच्या संगे हिरा तो भंगला!''

(१९२९)

■

तिचे डोळे

त्या मुलीने हळूच मान वर करून पाहिले. माणसाचा हात दूर होताच लाजाळूचे झाड नाही का मोकळेपणाने मान वर करीत? पाहायला आलेली मंडळी चहा घेऊ लागली. लगेच तिला हायसे झाले. कोर्टात उलट तपासणी संपल्यावर माणसाला असेच वाटत असेल, असा पुसट विचारही तिच्या मनात येऊन गेला. आयुष्याचा प्रवास ज्या व्यक्तीच्या सोबतीने कदाचित होण्याचा संभव आहे ती एकदा नीट पाहावी अशी स्वाभाविक इच्छा तिच्या मनात उत्पन्न झाली. संसार डोंगर ओलांडताना आलेला शीण नुसता हसव्याने घालविण्याची जादू त्यांच्या अंगी असेल का?

आपल्याकडे कुणी पाहात नाही अशा खात्रीने वर पाहण्याचे धाडस केले होते. पण तिच्या नजरेला अनंताची नजर मिळताच ती लाजेने चूर होऊन गेली अगदी. इतर मंडळी फराळावर ताव मारण्यातच दंग होऊन गेली होती. पण अनंताला आपण बशीत चहा ओतला आहे याचेही भान नव्हते. त्याचे मन कुठल्यातरी यक्षसृष्टीत भ्रमण करीत असावे. हे भ्रमण चालले असतानाच आशेचे सुंदर डोळे त्याच्या नजरेला पडले. आतापर्यंतच्या साऱ्या कार्यक्रमाचा मनस्वी राग आला त्याला. नाव विचारणे, वाचून घेणे, गाणे ऐकणे इत्यादी मामुली भानगडीपेक्षा माझ्या मुलीचे डोळे बघा, असेच का हिच्या बापाने सरळ सांगितले नाही आपल्याला?

लहानपणापासून सर्व प्रकारच्या सौंदर्याचा मोठा लोभी होता तो. वयाच्या पाचव्या वर्षी कोकणात आजोळी गेला असताना त्याने इतक्या सुंदर शिंपा गोळा केल्या होत्या की, कुठल्याही लहान मुलीला बाहुलीच्या लग्नात ती ताटे वापरण्याचाच मोह व्हावा. त्याच्या कुठल्याही पुस्तकात मोरपीस नाही असे कधीच झाले नाही! त्याच्या घरापासून खूप दूर असलेल्या एका पारिजातकाची परडीभर फुले तो लहानपणी नित्यनेमाने सकाळी वेचून आणी. त्याच्या आजीला वाटे आपला नातू पुढे मोठा देवभक्त होणार. चिमुकल्या अनंताला पांढऱ्या शुभ्र अंगाच्या पण तांबूस देठांच्या फुलांचा तो सडा पाहून आकाशातल्या चांदण्या लुटायला मिळाल्याचा आनंद होई याची तिला कल्पनाच नव्हती. कॉलेजात असताना साध्या बांधणीऐवजी सुंदर बांधणीचे एक पुस्तक घेण्याकरिता त्याने उपवास केला होता आणि भलत्याच

दिवशी आपली एकादशी असल्याचे त्याने सांगितल्यामुळे त्याची मित्रमंडळी पुढे कित्येक दिवस 'पुंडलीक वरदे हरि विठ्ठल' या जयघोषाने त्याचे स्वागत करीत असत.

यामुळे आशेचे मोहक डोळे पाहताच ज्या यक्षसृष्टीत आपण फिरत होतो तेथील अधिदेवता असलेल्या अप्सरेचे आपल्याला दर्शन झाले असेच त्याला वाटले. तिच्या एका डोळ्यात आकाशातील नीलिमा तारकांचे तेज घेऊन नाचत होता तर दुसऱ्यात सागरातील नीलिमा रत्नांच्या तेजाने तळपत होता. त्या रमणीय सौंदर्याचा आनंद त्याच्या मुद्रेवर स्पष्टपणे उमटला.

आशा उठून आत गेली. तिच्या बापाने प्रश्नार्थक दृष्टीने अनंताकडे पाहिले. होकार येणार अशी लक्षणे अनंताच्या मुद्रेवरून दिसत होती. पण त्याच्या तोंडून शब्द आले, 'विचार करून कळवितो.' बिचारा गरीब मुलीचा बाप! आयुष्याच्या वर्तमानपत्रात कायम ठशाचा हा मजकूर वाचायची त्याला सवयच होऊन गेली होती हल्ली.

त्या दिवशी रात्री अनंताचा मात्र डोळ्याला डोळा लागला नाही. पावसाळ्याच्या आरंभी रायारायांतून काजव्यांचे थवे जसे चमकतात, त्याप्रमाणे त्याच्या डोक्यातील निरनिराळ्या विचारांत आशेचे डोळे एकसारखे हसत नाचत होते. त्याला वाटले आपण झटक्यासरशी हो म्हणून आलो असतो तर फार बरे झाले असते. एवढे सुंदर डोळे नुसते पाहण्यासाठी आपण वाटेल तिथे आनंदाने गेलो असतो. मग ते आपले होण्याची आलेली ही सोन्याची संधी—

पण लोखंडाचे सोने करणारा परीस जिथे असेल तिथे सोन्याचे लोखंड करणारा उलटा परीसही असेलच की! निदान अनंताच्या मनात तरी तो होता. सुंदर वस्तूविषयीची विलक्षण ओढ त्याच्या मनाला जशी लागे, त्याप्रमाणे त्या सौंदर्याच्या नाशाचा विचारही त्याला बेचैन करून टाकी. लहानपणी आजीकरिता आणलेल्या पारिजातकाच्या फुलांपैकी त्याने एक वासासाठी घेतले होते. दुसऱ्या कसल्याशा नादात ते फूल त्याने हातात गच्च धरून ठेविले. थोड्या वेळाने त्याला फुलाची आठवण झाली. मूठ उघडून त्याने पाहिले तो काय? काळवंडून जाऊन मलूल झालेले फूल! ते पाहून आपल्या डोळ्यात उभे राहिलेले अश्रू त्याला अजूनही आठवत.

त्या फुलासारखीच दुसरी एक गोष्ट तो विसरला नव्हता. त्याचा एक लंगोटीयार दोस्त एके दिवशी मोठी जम्मत दाखविण्याकरिता म्हणून त्याला आपल्या घरी घेऊन गेला. त्याने पंचवीस-तीस आगकाड्यांच्या पेट्या काढल्या. अनंताला वाटले हा आता त्यांची भली मोठी मालगाडी करणार. पण आपल्या मालगाडीचा विस्तार दाखविण्यापेक्षा डब्यातील मालाचे प्रदर्शन उघडण्यालाच तो अधिक उत्सुक होता. त्याने एक एक आगपेटी उघडायला सुरुवात केली मात्र! अनंताचे अंग अगदी

शहारून गेले. पहिल्या पेटीत एक सुंदर काळे फुलपाखरू-गणपती म्हणत असे अनंत त्याला- दोऱ्याने बांधल्यामुळे निपचित पडले होते. दुसऱ्या पेटीतले पिवळे फुलपाखरू- त्याच्या अंगावरील बारीक ठिपके किती मोहक होते- पण तेही नावालाच जिवंत होते. ह्या सर्व पेट्यांचे परीक्षण होण्याच्या आधीच अनंताने त्यातील एका फुलपाखराला बंधमुक्त केले. कैदी पळवून नेणाऱ्या मनुष्याप्रमाणे अनंताची स्थिती झाली. त्याची व त्याच्या बालमित्राची अशी खडाजंगी उडाली की पुढे सहा महिने ते रस्त्यातून जाताना एकमेकांकडे ढुंकूनही पाहात नसत.

लहानपणीच झालेल्या दैवी आघातांनी अनंताचा हा हळवेपणा अगदी पराकाष्ठेला जाऊन पोहोचला. वडिलांवर त्याचे फार प्रेम होते. पण गाडीतून पडल्याचे निमित्त होऊन त्यांनी जे अंथरूण धरले ते अगदी मृत्यूचे बोलावणे येईपर्यंत! त्याची एकुलती एक लाडकी बहीण थंडीच्या दिवसांत न्हाणीच्या चुलीपाशी बसली असताना तिची जी साडी पेटली ती चिताच ठरली. तिच्या फोटोकडे पाहण्याचासुद्धा अनंताला धीर होत नसे. फोटो पाहता पाहता भाजल्यानंतरचे तिचे विव्हळणे त्याच्या कानात घुमू लागे.

जीवनाची काळी बाजूच चटकन त्याला दिसे. या हळवेपणाचा परिणाम त्याच्या आयुष्यावरही झाला. त्याच्या कॉलेजचा खर्च चालविणाऱ्या मामाचे मत त्याने डॉक्टर, इंजिनियर, निदान वकील व्हावे असे होते. पण डॉक्टर झाल्यावर अज्ञानाने आपल्या हातून एखाद्याचा प्राण जाईल, इंजिनियर झाल्यावर आपल्याला धोक्याच्या जागी मजुरांना चढवावे अगर उतरवावे लागेल आणि वकिली करताना प्रसंगी खुनाची अगर फाशीची तरफदारी करणे भाग पडेल अशा कल्पनांनी व्याकुळ होऊन त्याने ते सर्व मार्ग सोडून दिले. एम. ए. होताच तो सरळ शिक्षक बनला. बुद्धाच्याप्रमाणे त्याचाही एक प्रकारचा संन्यासच होता.

आपली हळवी मनोवृत्ती फारशी चांगली नव्हे हे त्याला मधून मधून कळे. पण काही केल्या ते त्याला कळेना. बुद्धिवाद म्हणजे स्पष्ट मार्ग दाखविणारा विजेचा दिवा खरा! पण आंधळ्या भावनेला तो दिसायचा कसा?

परंतु वस्तू कितीही हलकी असली तरी पृथ्वीच्या आकर्षणातून ती सुटत नाही. आशेच्या सुंदर डोळ्यांच्या भवितव्याच्या भीतीने विचार करणारे त्याचे हळवे हृदयही शेवटी कटाक्षजालात सापडलेच!

●

अनेकदा आपल्या डोळ्यांकडे पाहात असलेल्या अनंताला आशा पकडत असे. ती हसत हसत विचारी—

''वेड लागलंय वाटतं हल्ली?''

“नाही कोण म्हणतो?”

“कशाचं? माझं?”

“तुझं नाही.”

“असं! दुसरीशी तुलना करण्याकरताच इतकं निरखून पाहणं होतं माझ्याकडे! होय ना?”

“तसं नव्हे गं!”

“मग कसं हो?”

आशेच्या या तालबद्ध प्रश्नावर खूप हसून अनंत उत्तर देई, “तुझ्या डोळ्यांनी वेड लावलं आहे मला.”

“असं काय भरलंय त्यांच्यात? फार तर पाणी असेल थोडं.”

“पाण्यानं काही धुंद होत नाही मनुष्य!”

आशेला या वेळी हसू आवरणे अशक्य होई. मग अनंत गंभीरपणाने म्हणे, “आशा, तू फूल आहेस आणि तुझे डोळे हा त्या फुलाचा सुवास आहे.”

मात्र रात्री आशा निजली की तिच्या मिटलेल्या डोळ्यांकडे पाहून नाही नाही ते विचार अनंताच्या मनात येत. संध्याकाळी मिटलेली सारी फुले दुसरे दिवशी सकाळी उमलतात की अफाट वनस्पतिसृष्टीत या नियमाला काही अपवादही आहेत? त्याच्या या विचित्र किंबहुना विकृत विचारांनी एके दिवशी शाळेतच उचल खाल्ली. इंग्रजी निबंधाकरिता तो बुद्धाचे चरित्र मुलांना सांगत होता. रोगी मनुष्य आणि प्रेत पाहून बुद्धाला आलेले वैराग्य- मास्तर एकदम थांबून शून्यदृष्टीने काय पाहात आहेत हे त्या वर्गातील मुलांना कधीच कळले नाही. पण बुद्धाच्या वैराग्याबरोबर अनंताला आशेच्या डोळ्यांची आठवण झाली होती!

त्या दिवशी त्याला घरी येण्याची भीतीच वाटू लागली थोडी! आशेचे मोहक डोळे आणि बुद्धाची वैराग्याची कथा! शाळेतून परस्पर तो लांब फिरावयास गेला. येताना वाटेवरल्या देवळात सहज शिरला तो! देवळातल्या सभामंडपावरील कठड्यात राहणारी सुंदर कबुतरे पाहण्यात त्याला नेहमीच आनंद वाटे. विविध रंगाच्या घुमणाऱ्या कबुतरांकडे तो पाहात असतानाच एका मुलाने वर चढून हळूच एक कबुतर पकडले. तो खाली उतरला. अनंताने वळून पाहिले. पलीकडे उभ्या असलेल्या एका म्हाताऱ्या बाईने ते घेतले व घट्ट धरले. कबुतराचे मंद आक्रंदन व त्याची फडफड अनंताला ऐकवेना. तो जरा रागानेच म्हणाला,

“बाई, जाऊ दे ते गरीब पाखरू.”

तारवटलेल्या डोळ्यांनी त्याच्याकडे पाहात म्हातारी म्हणाली. “नि माझ्या मुलाला काय तू करणार आहेस बरा?” त्या म्हातारीचा एकुलता एक मिळविता मुलगा संधिवाताने अंथरुणाला खिळला असून त्याच्याकरिता हे कबुतर ती बाई नेत

आहे असे अनंताला शेवटी कळले. त्या कबुतराची धडपड हा आपल्या धडधडणाऱ्या हृदयाचाच प्रतिध्वनी आहे असे त्याला क्षणभर वाटले. पण दुसऱ्याच क्षणी त्याच्या उदास मनाला आनंद झाला. आयुष्यात कठीण प्रश्न प्रत्येकालाच सोडवावे लागतात. मग तो राजपुत्र सिद्धार्थ असो नाहीतर मोलमजुरी करणारी म्हातारी असो. म्हातारीचे उत्तर बुद्धाच्यापेक्षा अगदी निराळे होते. कुणी सांगावे? तेच कदाचित बरोबर असेल!

•

आपला विचित्र हळवेपणा उसळून वर येत आहे असे वाटताच अनंत त्या म्हातारीविषयी मनात विचार करू लागे. काही दिवस हा तोडगा उपयोगी पडला. पण या मंत्रापेक्षा भूतच अधिक जबरदस्त आहे असे शेवटी त्याला आढळून आले. आशेला दिवस गेल्याचे समजताक्षणी त्याला अत्यानंद झाला होता यात संशय नाही. पण पुढे तिच्या ओकाऱ्या त्याला पाहवेनाशा झाल्या. तिची अन्नावरली वासना उडून जावी आणि आपण मात्र पूर्वीप्रमाणे मनमुराद खात राहावे, हे त्याला कसेसेच वाटू लागले. मधूनमधून आशा अस्वस्थ झाली की अनंताची मुद्रा एखाद्या गुन्हेगाराप्रमाणेच दीनवाणी होई!

आणि त्याच्या या दुःखावर कळस चढविला आशेच्या डोळ्यांनी. स्वच्छ झऱ्याचे पाणी गढूळ व्हावे तसे ते दिसू लागले. त्यांच्या भोवतालची ती काळी वर्तुळे-आपल्या आवडत्या सौंदर्याचा नाश जवळ आला अशी अनंताची खात्री होऊन चुकली.

आशेची सुखरूप सुटका झाली. अनंताने मुलगी हातात घेतली तेव्हा अनपेक्षित खेळणे मिळताच लहान मुलाला जो आनंद होतो तो त्याच्या चेहऱ्यावर नाचत होता. पण मुलगी आशेच्या हातात परत देताना त्याने तिच्या डोळ्यांकडे पाहिले. ते निस्तेज दिसत होते. का कुणास ठाऊक, आपल्या मुलाकरिता धरून नेलेल्या त्या सुंदर कबुतराची अनंताला आठवण झाली. प्रसूतिगृहात तो दहा दिवस नेमाने जाई. मुलीला घेई, आणि आशेशी इकडच्या तिकडच्या गप्पाही मारी. पण पायात काटा मोडला   असूनही शिपायाने कवायतीत व्यवस्थित धावावे अशातलाच तो प्रकार होता.

आशा घरी आली. बारशाची तयारी झाली. मुलीच्या नावाच्या निमित्ताने नवरा -बायकोनी आधुनिक नाटक-कादंबऱ्यांतील नायिकांची नावे तपासून पाहिली. पण दोघांचेही काही केल्या एकमत होईना. शेवटी दोघांनी दोन नावांच्या चिठ्ठ्या टाकून त्यातील एक काढायची असे ठरले. आशा चिठ्ठ्या लिहू लागली. अनंताने मुलीला घेतले. तिच्या डोळ्यांकडे त्याने निरखून पाहिले मात्र! त्याचे आश्चर्य प्रतिक्षणी वाढू लागले. तो आशेजवळ येऊन म्हणाला, " तू बारा दिवसांची होतीस तेव्हा कशी दिसत असशील?"

"इश्श!"

"अश्शी! या लबाड पोरीचे डोळे तरी बघ." आनंदाने अनंत उद्गारला— बुद्ध जर या घटकेला असता तर त्याच्या तत्त्वज्ञानाचे खंडन करणारे हे इवले डोळे पाहण्याला आपण अवश्य निमंत्रण दिले असते, असेही त्याच्या मनात आल्यावाचून राहिले नाही. तो हातातल्या तान्ह्या मुलीचे पटापट मुके घेऊ लागला.

त्याच्या हातातून मुलगी घेण्याकरिता हात पुढे करीत आशा म्हणाली, "आता दुसरं वेड लागलं वाटतं हे!"

"छे! पहिलंच आहे हे! तिचे डोळे थेट तुझ्यासारखे आहेत अगदी!"

"माझ्यासारखे?"

हो म्हणण्याकरिता अनंताने आशेकडे पाहिले. पण त्याला तिच्या डोळ्यांत निराळाच मोहकपणा दिसला. हातातील मुलीकडे ती वात्सल्याने पाहात होती. समुद्रातली रत्ने नाहीशी होऊन तिथे लक्ष्मी दिसावी किंवा आकाशातल्या तारकांचे तेज लोप पावून तिथे चांदणे फुलावे तसे अनंताला वाटले!

—आशेला पहिल्यांदाच पाहात असल्याप्रमाणे अनंत आनंदाने उद्गारला,

"डोळ्यांत अनंत प्रकार आहेत हेच खरे."

(१९३६)

∎

करुण-कथा

“ऐकलं का—?”

विठ्ठलरावांनी ऐकले-पण ऐकले नाही! लिहिताना लेखकाची कशी समाधी लागली पाहिजे असे त्यांनी कुठेसे वाचले होते; मग पत्नीचा प्रश्न त्यांना ऐकू यावा कसा? तसे म्हटले तर त्यांची समाधी होती लुटूपुटूचीच; पण जगात खोट्या गोष्टी देखील खऱ्या म्हणून चालत नाहीत का? साक्षी, सबबी आणि साधू यांत खऱ्या-खोट्याचाच भरणा अधिक आढळतो.

“म्हटलं, ऐकलं का?” जरा वरचा सूर लावून रखमाबाई म्हणाल्या. “कान काही फुटले नाहीत माझे” असे उत्तर विठ्ठलरावांच्या जिभेच्या शेंड्यावर आले; पण जोत्यावरून खाली पडणाऱ्या अवखळ मुलाला आईने धावून मागे घ्यावे त्याप्रमाणे मोठ्या मनोनिग्रहाने त्यांनी ते आवरले. या त्रासामुळे आपली समाधी सविकल्प झाली असे मात्र त्यांना वाटू लागले. वाङ्मयाचा सविकल्प समाधीशी कसला तरी संबंध आहे असे त्यांच्या वाचनात नुकतेच आले होते! त्यामुळे पत्नीशी एक अक्षरदेखील न बोलता हातातील फाऊण्टन-पेन कागदावर हालवीत ते विचार करू लागले.

ही समाधी पाहून तिची पूजा करण्याची बुद्धी रखमाबाईंना व्हावी यात नवल ते काय? आधीच स्त्रिया भाविक! त्यात रखमाबाई म्हणजे अगदी अस्सल आर्य स्त्री! उखाण्याखेरीज नवऱ्याचे नाव लग्न झाल्यापासून गेल्या दहा वर्षांत तिने कधीच घेतले नव्हते! पंचमातल्या आवाजाचाही उपयोग होत नाही असे पाहून तिने सप्तमात प्रवेश केला.

“म्हटलं—सोन्याची फुलं पाहिली का ही? उभ्या जगात नाही पाहायला मिळणार असली जोडी!”

उष्णतेने वितळत नाही असा जगात कोणता पदार्थ आहे? फरक काय तो उष्णतेच्या प्रमाणाचा. रखमाबाईंच्या या शेवटच्या वाक्याने विठ्ठलरावांची समाधी साफ उतरली. ते रागारागाने म्हणाले, “खरंच, जगात पाहायला मिळणार नाही असली जोडी!”

“खरं ना?” रखमाबाईंनी आपला स्वर खालावून विचारले. बायकांचा कंठ

उपजतच गायकासारखा असतो. वरच्या स्वरांतून त्या क्षणार्धात अगदी खाली येऊ शकतात.

"अगदी खरं!" विठ्ठलराव संतापून म्हणाले, "तुझ्यामाझ्यासारखी नवरा-बायकोची जोडी उभ्या जगात नाही मिळायची कुठं!"

"झालं काय मेलं असं डोक्यात राख घालायला?"

"तुझ्यासारखी आग आहे ना डोक्यावर येऊन बसलेली!"

आता मात्र रखमाबाईंना राग आवरेना. ज्वालामुखीचा स्फोट होताच त्याच्यावरल्या हिरवळीचा मागमूससुद्धा नाहीसा होतो. रखमाबाईंचेही तसेच झाले. त्या संतापाने म्हणाल्या, "उठल्या सुटल्या मेलं चिडणं आणि रडणं. कधी सुखाचा शब्द! शेजार- घरच्या त्या पाहुणीची फुलं दाखवायला आणली— म्हटलं आवडतील इकडे-नि-"

"आवडतील इकडं-!" वेडावीत विठ्ठलराव उद्गारले, "ठाऊक आहे इकडच्या आवडीची किंमत तिकडं काय आहे ती! भलत्या वेळी भलत्या गोष्टी! कशी चांगली जुळत होती गोष्ट मनात; पण तुला काय त्याचं? आम्ही मेहनत करून गुलाब वाढवावा आणि वानराने तो ओरबाडून टाकावा!"

आपला नवरा पडला लेखक! त्याची उपमा चुकीची ठरू नये म्हणूनच की काय, वानरासारख्या वाकोल्या दाखवीत रखमाबाई तिथून निघून गेल्या. विठ्ठलराव पुन्हा समाधी लावण्याचा विचार करू लागले. त्यांच्या डोळ्यांपुढे पाचशे रुपयांचे बक्षीस नाचत होते. एका प्रसिद्ध मासिकाने करुणरसप्रधान सर्वोत्कृष्ट गोष्टीला ते बक्षीस देण्याचे जाहीर केले होते. अलीकडे विठ्ठलराव त्या गोष्टीची जुळवाजुळव करण्याच्या नादात असत. पण लहान मुलाच्या हातात नुसती पाटी-पेन्सील दिली म्हणून त्याला लिहिता येते थोडेच! त्याच्या पाटीवर वेड्यावाकड्या रेघोट्यांखेरीज जसे दुसरे काही दिसायचे नाही, त्याप्रमाणे विठ्ठलरावांच्या मनातही असंबद्ध कल्पनांखेरीज अजून दुसरे काहीच जमा झाले नव्हते. आज गोष्टीला सुरुवात करायचीच अशा निर्धाराने ते बसले होते- पण म्हणतात ना, कुऱ्हाडीचा दांडा गोताला काळ! रखमाबाई ती फुले घेऊन आल्या अन्—

कथा करुणरसप्रधान व्हायला हवी! करुणा-दया-दया धरमका मूल है! आपण धार्मिक आहो, याबद्दल विठ्ठलरावांना कधीच संशय नव्हता. आईबापाचे श्राद्ध-पक्ष करण्याच्या कामी त्यांनी एकदासुद्धा चुकारतट्टूपणा दाखविला नव्हता! विठ्ठलराव गोष्टीचा विचार करू लागले. संन्याशाच्या लग्नाला शेंडीपासून तयारी! कुणावर बरे गोष्ट लिहावी? कोपऱ्यावरला मलूल चेहऱ्याचा इराणी-किती दुःखी दिसतो तो! त्याचे दुःख जर आपण शोधून काढले- "साध्याही विषयात आशय कधी मोठा किती आढळे." वर्तमानपत्रे विकणारी पोरे-दूध घालणारे भय्ये- "दो आना कोइबी

चीज'' असा आक्रोश करीत जाणारे फेरीवाले-अनेक दीन-दु:खी लोक विठ्ठलरावांच्या डोळ्यांपुढे उभे राहिले; पण गोष्ट काही केल्या जमेना. समोर पडलेले वर्तमानपत्र त्यांनी सहज उचलले. त्यांची दृष्टी खालील मजकुरावर अगदी खिळून गेली—

> ''शहरातल्या लोकांना खेड्यातली दु:खे कशी कळणार? भारतभूमीचे खरे हृदय-दु:खाने गांजलेले, दारिद्र्याने तळमळणारे आणि आशेने तडफडणारे हृदय-खेड्यातच आढळेल. थोर थोर पुढारी खेड्याकडे चला असा उपदेश करीत आहेत, याचे रहस्य हेच आहे. मुंबईसारख्या शहरात तुम्हाला देशाचा शृंगार आढळेल पण देशाचे कारुण्य-ते कारुण्य पाहायचे असेल तर खेडेगावातच गेले पाहिजे.''

विठ्ठलरावांनी तात्काळ निश्चय केला. खेडेगावात जायचे आणि तिथला अनुभव घेऊन अशी हृदयद्रावक करुणकथा लिहायची की—

कोकणातल्या एका खेडेगावी त्यांचे मेव्हणे डॉक्टर होते. ''उद्याच्या बोटीने तुमच्याकडे येत आहो'' अशी त्यांना तार करून विठ्ठलराव बांधाबांध करू लागले. आपल्या माहेराविषयी प्रेमाचा पान्हा पतिराजांना आजच का फुटला, हे रखमाबाईंना काही केल्या कळेना. पण विद्यार्थ्याला सुट्टी आणि बायकांना माहेर कधी नकोसे झाले आहे का?

दुसऱ्या दिवशी बोटीत वरच्या वर्गात विठ्ठलराव रखमाबाईसह प्रवेश करते झाले. सामान आणणारा हमाल त्यांच्याकडे अधिक पैसे मागू लागला- ''रावसाब, गरिबाची पोरं दुवा देतील तुम्हाला - चहा पाण्याला द्या की काही-''

''तू चहा पितोस? बाबा, चहा फार वाईट आहे प्रकृतीला!''

''फाटके कपडे घालतुंया रावसाब—''

''तुझ्या अंगावर कपडे तरी आहेत. अरे, महात्मा गांधी नुसता पंचा नेसून राहतात-पंचा!''

बिचारा हमाल हिरमुसला होऊन गेला. रखमाबाईंना पतिराजांच्या व्यवहारदक्षतेचे कौतुक वाटले आणि विठ्ठलराव आपल्या करुणकथेचा विषय शोधण्यात दंग होऊन गेले. थोड्या वेळाने तिकडची नजर एका सुंदर बाईवर खिळली आहे हे रखमाबाईंच्या लक्षात आले. त्या फणकाऱ्याने म्हणाल्या, ''इश्श. तिकडं काय मेलं हे पाह्यचं असं सारखं? मनाची नसली तरी जनाची-''

विठ्ठलराव शुद्धीवर येऊन म्हणाले, ''अग, सूक्ष्म निरीक्षण करीत होतो मी गोष्टीसाठी. तुम्ही बायका म्हणजे-''

''हो - हो आणि पुरुष म्हणजे-थंडी वाजतेय मला. तेवढा रग तरी काढून द्यावा बिछान्यातला.''

वाघाच्यासारखे पट्टे असलेला रग विठ्ठलरावांनी काढला व तो रखमाबाईंच्या

अंगावर घालीत ते पुटपुटले, ''आता कशी वाघीण छान शोभायला लागली!''

रखमाबाई गुरगुरल्या मात्र. आपली उपमा समर्पक असल्याची विठ्ठलरावांना खात्री पटली.

●

मेव्हण्याच्या घरी पाऊल टाकल्याबरोबर विठ्ठलरावांनी करुणकथेकरिता निरीक्षणाला प्रारंभ केला. त्यांच्या घरासमोरल्या माडाच्या बागेत एक बैल जमिनीवर बसला होता. पुढ्यात टाकलेल्या गवताला त्याने तोंडदेखील लावले नव्हते. विठ्ठलरावांना मोठे आश्चर्य वाटले. बैलाजवळ जाऊन त्यांनी पाहिले. त्या बिचाऱ्याने मुळीच हालचाल केली नाही. ''आजारी आहे वाटतं बैल?'' त्यांनी जवळून जाणाऱ्या एका माणसाला प्रश्न केला. त्या मनुष्याच्या कोकणी बोलण्यातून विठ्ठलरावांना एवढाच अर्थबोध झाला की, त्या बैलाला त्याच्या जोडीदाराबरोबर आंबोलीला राखणीला ठेवले होते. तिथे ते दोघे चरत असताना एका वाघाने त्याच्याबरोबरच्या बैलाला ठार मारले. याला इथे आणले तरी अजून हा फिरत नाही की चरत नाही!

विठ्ठलराव करुणकथेला विषय सापडला अशा आनंदाने घरी परत आले. अहाहा! केवढं हे पशूचं प्रेम! बरोबरचा बैल मेला म्हणून या बैलाने खाणे-पिणेसुद्धा सोडले. या विषयावरील गोष्ट जितकी करुण तितकीच उपदेशपर होईल. एकमेकांशी भांडणारे दोन भाऊ दाखवावेत, त्यांच्याच घरात ही बैलांची जोडी आहे असे चित्र रेखाटावे. या बैलांचे प्रेम पाहून त्या भांडणाऱ्या भावांना उपरती होते असा गोष्टीचा शेवट करावा- टिपे गळतील अगदी लोकांच्या डोळ्यांतून या करुणकथानकाने! त्यांना इतका आनंद झाला की, तो त्यांच्या पोटात मावेना. बोट लागल्यामुळे रखमाबाई रग पांघरून निजल्या होत्या तिथे ते गेले व म्हणाले, ''अग बैल पाहिलास का तो?''

पांघरुणात गुरफटलेले डोके वर न करता त्या म्हणाल्या, ''पाहिला बैल. बैल पाहायला काही मुंबई सोडून कोकणात यावं लागत नाही!''

''अरसिकेषु कवित्वनिवेदनम्'' ही ओळ विठ्ठलरावांना आठवली. तथापि ते चिकाटीने बायकोला म्हणाले, ''किती प्रेमळ बैल आहे पाहा.''

''माणसं तेवढी प्रेमळ होतील तर. मला वाजतेय थंडी!''

बायकोने य:कश्चित गोष्टीत देखील आपले ऐकू नये, याचा विठ्ठलरावांना राग आला. सासुरवाडीला बायकोकडून अपमान करून घेण्याइतके ते कच्च्या गुरूचे चेले नव्हते! त्यांनी रखमाबाईंना दम भरला आणि त्या बिचाऱ्या रग पांघरूनच विठ्ठलरावांच्या बरोबर बैल पाहायला गेल्या.

''बघ, कसा स्वस्थ बसला आहे तो. अगदी इकडची मान तिकडे करीत नाही. आपल्या सोबत्याला वाघाने मारले, हे याच्या जीवाला इतके लागले की-''

रखमाबाई कौतुकाने बैलापुढे जाऊन उभ्या राहिल्या. बैलाने त्यांच्याकडे पाहिले मात्र - तो उठून उभा राहिला आणि त्याने रखमाबाईंच्यावर आपली शिंगे रोखली. बैलाचा हा नवा अवतार पाहून विठ्ठलरावही दिङ्मूढ झाले. त्यांनी सहकुटुंब घराकडे पळ काढला; पण बैलाने तिथपर्यंत त्यांची पाठ पुरवली. त्यांचे मेहुणे दुर्दैवाने या चमत्काराच्या वेळीच घरी आले. ते हसत हसत म्हणाले, "अहो, झालं काय असं?"

"बरोबरच्या बैलाची हाय खाऊन खाणंपिणंसुद्धा सोडून दिलं होतं म्हणे या बैलानं- फार प्रेमळ बैल म्हणून हिला दाखवायला-"

"चांगलं प्रेम दाखिवलन् त्यानं तुम्हाला. अहो, वाघाला भिऊन हाय खाल्ली आहे त्या बैलाने! ताईच्या रगावर वाघाचे पट्टे पाहिले त्याने आणि उठला झालं बिचारा जीवाच्या आकांताने. ही प्रीती नाही विठ्ठलराव! ही भीती आहे भीती!"

विठ्ठलरावांच्या पापण्यांच्या कडा किंचित ओलसर झाल्या. आपल्या करुणकथेचा गर्भवासातील हा मृत्यू पाहून त्यांचे मन खिन्न होऊन गेले. दुःखात सुख एवढेच की, त्या प्रेमळ बैलाने रखमाबाईंना काही इजा केली नव्हती. नाहीतर—

●

दोन दिवसांनी तो बैल इकडे तिकडे फिरू लागला. मधल्या उपोषणाचे पारणे फेडण्याचा त्याने अगदी निश्चय केला; पण आपली करुणकथा काल्पनिक ठरली म्हणून विठ्ठलराव डगमगले नाहीत. "बैलच तो बोलूनचालून; त्याला कसली आली आहे दया न् माया?" असा शेरा ठोकून त्यांनी पशुसृष्टीची आपल्या तरल डोक्यांतून हकालपट्टी केली.

डॉक्टरांच्या घरासमोरच एक टेकडी होती. सकाळपासून संध्याकाळपर्यंत लोक तिचा निरनिराळ्या कारणांसाठी उपयोग करीत असत. कथेच्या चिंतनाला आवश्यक असलेला एकान्त विठ्ठलरावांना या टेकडीवर मिळू लागला. तेथून भोवतालची सृष्टी पाहून त्यांना वाटे, करुणकथेला किती अनुकूल पार्श्वभूमी आहे ही! टेकडीवरून दिसणारी हजारो नारळीची झाडे त्यांना इतकी निश्चल दिसत की, जणू काय ती एखाद्या तीव्र दुःखाने बेशुद्धच पडली आहेत! समोरून ऐकू येणारा समुद्राच्या लाटांचा खळखळाट! तो ऐकून कुणीतरी ऊर पिटून आक्रोश करीत आहे, असा विठ्ठलरावांना भास होई. पण नुसती पार्श्वभूमी घेऊन काय चाटायची आहे? बोहले, मुहूर्त, वाजंत्री या सर्व गोष्टी सिद्ध असल्या तरी उतावळ्या नवऱ्याने चतुर्भुज व्हायचे कसे? बरी वाईट कसली का असेना, मुलगी पाहिजे की नको?

उतावळ्या नवऱ्याला आज नाही तरी उद्या मुलगी मिळतेच मिळते. विठ्ठलरावांच्या टेकडीवरल्या आयुष्यातही अशीच सोन्यासारखी संधी प्राप्त झाली. "परमेश्वराप्रमाणे गोष्टीचा विषयही शोधून काढणे कठीण" असे म्हणत निराशेने त्यांनी सुस्कारा

टाकायला आणि कुणाचे तरी रडणे त्यांच्या कानावर पडायला एकच गाठ पडली. त्या गंगा-यमुना पाहायला ते अगदी उत्कंठित झाले. आज कितीतरी दिवसांत त्यांनी कुणाचे रडणेच ऐकले नव्हते. दुःखाची आग, अश्रूंचे पाणी, निःश्वासाचा वारा, फाटलेले आभाळ इत्यादी महाभूतांनीच करुणसृष्टी निर्माण होते. बिचाऱ्या विठ्ठलरावांच्या मदतीला आतापर्यंत एकही महाभूत आले नव्हते. मग त्यांची गोष्ट जुळावी कशी?

ती रडणारी व्यक्ती मधून मधून मागे पाहात, मोठमोठे हुंदके देत, आपल्या विटक्या व फाटक्या लुगड्याच्या पदराने डोळे पुशीत पुढे आली आणि मटकन एका खडकावर बसली. या वेळी टेकडीवर दुसरे कोणी असेल अशी त्या बाईची कल्पनाही नसावी. विठ्ठलरावांनी अगदी बारकाईने तिच्याकडे पाहिले. कपाळाला कुंकू नाही! विधवा! अरेरे! टेकडीवर करुणरसाचा महासागरच उत्पन्न झाला असे विठ्ठलरावांना वाटले. वैधव्याचा अग्नी बिचारीच्या हृदयाचे पाणी पाणी करीत आहे आणि ते तिच्या डोळ्यांतून वाहात आहे! आगीची आच लागलेले पान जसे सुकून जाते तसे तिचे लुगडे जीर्ण झाले आहे! विठ्ठलरावांना कल्पनाच कल्पना सुचू लागल्या. ते आपल्या कल्पनाजालात दंग असतानाच त्या बाईची नजर त्यांच्याकडे गेली. कुणीतरी परका पुरुष आपल्याकडे पाहात आहे असे वाटून तिने तोंड फिरविले. विठ्ठलराव मनात म्हणाले, "अरेरे! किती निर्दय हा समाज! किती राक्षसी या रूढी! विधवेला जगाला तोंड दाखविण्याचीदेखील लाज वाटावी ना? हरहर!" या हरहराबरोबरच त्यांनी आपल्या मोहिमेला सुरुवात केली. आयती बाईची पाठ त्यांच्याकडे झाली होती. पाऊल न वाजविता ते तिच्याजवळ गेले व मागे उभे राहिले. ती रडतच होती. "विधवेचा किती भयंकर छळ होतो हा!" ते मनात म्हणाले. त्या बाईला धीर देऊन तिच्याकडून तिची हकिकत काढून घ्यावी अशा विचाराने ते हळूच म्हणाले, "बाई, तुमचं दुःख फार मोठं आहे खरं! पण-"

ती बाई एकदम चमकून उभी राहिली आणि सशाच्या भित्र्या नजरेने विठ्ठलरावांकडे पाहू लागली. बाई जागच्या जागी उभी राहिली हा आपला विजयच होय, असे रावांना वाटले. ते म्हणाले, "बाई, तुमचं दुःख मला सांगा. एक नवरा नाही म्हणून सबंध जन्म फुकट घालवायचा की काय?"

सशाचे एकदम सिंहात रूपांतर झाले! ती बाई चवताळून म्हणाली, "जळळ् मेल्या तुझं तोंड!" तिच्या वैधव्याग्नीची ज्वाळा आपल्या तोंडापर्यंत पोहोचली, हे पाहून विठ्ठलराव गारच झाले. कदाचित त्या बाईचा काही गैरसमज झाला असेल असे वाटून ते म्हणाले, "रागावू नका अशा. माझा हेतू काही-मी-मी-"

"ठाऊक आहेत मेले सारे पुरुष-बाई दिसली की-" एवढे बोलून ती सरळ पुढे चालू लागली.

हाती आलेले सावज निसटू लागलेले पाहून शिकारी थोडाच गप्प बसतो!

विठ्ठलरावही तिच्या मागोमाग जाऊ लागले. हा मनुष्य आपली पाठ सोडीत नाही असे पाहून तिने पळण्याला सुरुवात केली. ही दु:खी विधवा आता टेकडीवरून खाली उडी टाकून आत्महत्या करणार असे वाटून विठ्ठलरावही धावू लागले. त्या बाईची आता अगदी खात्रीच झाली. टेकडीवर चिटपाखरूदेखील नाही. हा हलकट मनुष्य आपल्याला धरणार! आणि भीतीने कुठे धावायचे तेच तिला कळेना. वाट सोडून ती काजीच्या रानाकडे गेली. तिथल्या झाळकीतून वाट काढणे कठीणच होते! इतक्यात तिचा पदर एका फांदीला अडकला. तो सोडवून घेण्याकरिता ती थांबते न थांबते तोच विठ्ठलराव तिथे येऊन दाखल झाले. उंच-सखल टेकडीवरून धावता धावता त्यांना एक-दोन ठेचा लागल्या होत्या आणि मध्येच पाय घसरून पडल्यामुळे त्यांचे अंगही थोडेसे खरचटले होते; पण ते रावांच्या गावीही नव्हते. युद्धातल्या जखमा ही वीरांची भूषणेच होत, हे वाक्य त्यांच्या अगदी रोमारोमांत भिनून गेलेले असावे. ते अगदी जवळ आलेले पाहून ती बाई किंचाळली- "शिवू नका हं मला!"

विठ्ठलरावांच्या करुणकथेला अधिकच रंग चढला. विधवा बाई आणि त्यातून अस्पृश्य. "अरेरे!" ते मोठ्या कळवळ्याने म्हणाले, "तुमच्यासारख्या महार-चांभारांची फार दया येते मला! दलितवर्ग-"

नाक फेंदारून आणि डोळे लाल करून ती बाई ओरडली, "तूच असशील मेल्या महार नि चांभार!"

बाईला दाट झाडीतून पलीकडे पळून जाणे शक्य नाही हे ओळखून विठ्ठलरावांनी तिची सर्व करुण हकिकत काढून घेण्याचा निश्चय केला. ते म्हणाले, "बाई, मला कुणी परका मानू नका तुम्ही!" झाळकीच्या पलीकडे सळसळ असा आवाज झाला; पण कुणीच दिसले नाही. विठ्ठलराव पुढे बोलू लागले, "तुमची सारी हकीगत सांगा मला. माझ्याबरोबर हवं तर मुंबईला चला. तिथं—"

"आया-बहिणी कुणी नाहीतच का तुला?" ती बाई विचित्र स्वराने म्हणाली.

विठ्ठलराव उत्तर देणार इतक्यात झाळकीतून रखमाबाई तेथे प्रगट झाल्या! हातातला तांब्या जमिनीवर आपटून विठ्ठलरावांच्या तोंडापुढे हात ओवाळीत त्या म्हणाल्या, "घ्या. तिची तरी अक्कल घ्या काही!"

पुढील रेल्वे-रस्ता वाहून गेल्याचे एकदम दिसताच आगगाडीच्या ड्रायव्हरची जी स्थिती होते तीच विठ्ठलरावांची झाली. ते थ-थ-थ-प-प-प- करू लागले. शेवटी कष्टाने त्यांच्या तोंडातून एक सुसंबद्ध वाक्य बाहेर पडले. "अगं. पण ऐकून घेशील की नाही माझं?"

"इतका वेळ ऐकतच होते की आड राहून! काय म्हणे सृष्टि-सौंदर्य पाहायला जातो टेकडीवर! हीच सृष्टी वाटतं तुमची? अन् हे सौंदर्य पाहायलाच धावत होता

वाटतं हिच्यामागनं?''

"अग, तसं नव्हे! ती माझी करुणकथा-''

"ठाऊक आहेत मला सगळ्या कथा नि व्यथा! म्हणतात ते काही खोटं नाही-भोळा ग बाई भोळा अन् सगळ्या पापांचा गोळा!''

रखमाबाईंचा स्वर हळूहळू उंचाऊ लागला. ती बिचारी बाई हा तिरंगी सामना पाहून चकित होऊन गेली होती. विठ्ठलराव बायकोचा गैरसमज दूर करण्याच्या उद्देशाने म्हणाले, "अग. पण-'' त्याचे शब्द पुरे होण्याच्या आधीच खांद्यावर घोंगडे टाकलेला एक कुरवाडी तिथे आला. त्या बाईकडे रागाने पाहात तो म्हणाला, "कुठं सापडली ही बया तुम्हाला?''

विठ्ठलरावांनी त्या मनुष्याकडे पाहिले. तिचा छळ करणारा हाच तो अधम पुरुष असला पाहिजे असे वाटून ते म्हणाले, "अहो दादा, असे रागावू नका तिच्यावर. तिचा नवरा मेला हा काही-''

"नवरा मेला? - नवरा मेला म्हणून सांगते काय अवदसा? - मी चांगला धडधाकट असताना—''

"म्हणजे ही तुमची बायको की काय?''

"हो हो, ही माझी बायको आहे- आणि तिचं मी मनाला येईल ते करणार. आता नेतो घरी आणि दाखवतो इंगा.''

"हे पाहा दादा, असं वागणं बरोबर नाही. तुम्ही महार-चांभार असला तरी हरिजन आहात तुम्ही-''

"मला महार-चांभार म्हणणारा तू रे कोण? भंडाऱ्याला महार म्हणतोस?'' तो खलपुरुष तावातावाने म्हणाला.

विठ्ठलरावांना हे कोडे काही केल्या सुटेना. तथापि काहीतरी बोलायचे म्हणून ते म्हणाले, "पण बायका-माणसाच्या अंगावर हात टाकणं चांगलं का?''

"हो - हो, फार चांगलं. आफडीची असली म्हणून काम करू नये की काय घरातलं? चल ग सटवे घरी!''

तो मनुष्य सहकुटुंब निघून गेल्यानंतर रखमाबाईंनी विठ्ठलरावांची चांगलीच हजेरी घेतली. त्यांच्या भडिमारातून विठ्ठलरावांना दोन गोष्टींचे ज्ञान झाले. एक आफडीची याचा अर्थ विटाळशी व दुसरी- कित्येक जातींत विटाळशीपणी सधवा देखील कुंकू लावीत नाहीत पण या ज्ञानाचे कोणत्याही करुणकथेशी दशातले नाते लागणेसुद्धा शक्य नव्हते!

विठ्ठलरावांची करुण-कथा षट्कर्णी झाली नाही ही गोष्ट खरी; पण काही काही गोष्टी अशा असतात की, साऱ्या जगाला त्या कळल्या तरी बायकोला त्यांचा मागमूसदेखील न लागणे बरे असते. हीही गोष्ट अशापैकीच होती. विठ्ठलरावांचे

टेकडीवरील फिरणे एकाकी बंद झालेले पाहून त्यांच्या मेव्हण्यांनी विचारले, “काय, कंटाळा आला वाटतं सृष्टि-सौंदर्याचा? तसं म्हटलं तर आहे काय पाहण्यासारखं आमच्या या भिकार कोकणात?”

रखमाबाईंची मूर्ती समोर दिसत असल्यामुळे वेडसर हास्य करण्यापलीकडे विठ्ठलरावांच्या उत्तराची गती जाऊ शकली नाही. ते काहीच बोलत नाहीत असे पाहून मेव्हणे म्हणाले, “काही होतंय की काय तुम्हाला? डॉक्टराच्या घरात राहून आजारी पडलात तर हसतील सारे लोक!”

या किल्लीने देखील विठ्ठलरावांच्या तोंडाचे कुलूप उघडले नाही. मेव्हण्यांना अधिकच संशय आला— जावईबुवा भिडस्त असतील कदाचित. त्यांनी थर्मामिटर खिशातून काढला आणि चांगला झाडून विठ्ठलरावांच्या हातात दिला. मेव्हण्यांचे मन मोडू नये म्हणूनच की काय, विठ्ठलरावांनी तो खाकेत लावला; पण अंगातच ताप नाही तर तो उष्णतामापकयंत्रात येणार कुठून? माणसाची फजिती मोजणारे एखादे यंत्र डॉक्टरांजवळ असते तर मात्र त्याचा या वेळी चांगलाच उपयोग झाला असता.

मेव्हण्यांशी बोलता बोलता विठ्ठलरावांना एका रोग्याची हकीगत कळली. चांगला श्रीमंत मनुष्य! हजारात उठून दिसेल अशी बायको! पण बायकोकडे तो ढुंकून देखील पाहात नसे. सध्या तो विषमाने आजारी होता. डॉक्टरांनी त्याची आशा सोडलीच होती. विठ्ठलरावांनी ही सारी हकीगत मोठ्या उत्सुकतेने ऐकून विचारले, “त्याने बाईबिई ठेवली होती की नाही एखादी?”

डॉक्टराना या प्रश्नाचा रोख कळला नाही. ते उत्तरले, “तीच तर गमतीची गोष्ट आहे मोठी. ती बाई सदा न् कदा त्याच्या घरी काय येते, डोळे काय पुसते, नवल आहे मोठं बोवा!”

विठ्ठलरावांच्या अंत:करणात एकदम एक आनंदाची लाट उसळली. करुण कथेला किती योग्य विषय आहे हा! वेश्या! तिचे उत्कट प्रेम! प्रियकर विषमाने आजारी! मृच्छकटिकापेक्षाही अधिक उदात्त अशी नायिका आपल्याला रंगविता येईल.

दुपारी डॉक्टरना त्या गृहस्थाच्या घरचे बोलावणे आले. बोलवायला आलेल्या मनुष्याच्या चेहऱ्यावरून फारशी आशा दिसत नव्हती. डॉक्टर कपडे करून जायला निघताच तोच विठ्ठलराव म्हणाले, “मी येतो तुमच्याबरोबर!”

बाहेर उभ्या असलेल्या मनुष्याला ऐकू न जाईल अशा बेताने डॉक्टरनी उत्तर दिले.

“कशाला येता असल्या भलत्या वेळी? त्यापेक्षा रात्री देवळातल्या नाटकाला चला.”

पण विठ्ठलराव काही केल्या आपला हट्ट सोडीनात. डॉक्टरांच्याबरोबर ते रोग्याच्या घरी गेले. खोलीच्या दाराशीच एक बाई उभी होती. तिच्या नट्ट्यापट्ट्यावरून डॉक्टरांनी सांगितलेली बाई हीच असावी असे विठ्ठलरावांना वाटले. डॉक्टर खोलीत जाऊन थोड्याच वेळात बाहेर आले. त्यांच्या तोंडून निराशेचे उद्‌गार ऐकताच त्या बाईने मोठा गळा काढून रडायला सुरुवात केली. ती खोलीत जाण्याकरता एकसारखी धडपडत होती; पण आतील माणसे तिला आत येऊ देत नव्हती असे दिसले. रडता रडता ती खाली बसली. खोलीच्या उंबरठ्यावर तिने एक-दोन वेळा आपले डोकेही आपटले व शेवटी ते मोठमोठ्याने बडवून घ्यायला सुरुवात केली.

"एकदा डोळे भरून पाहू दे तरी हो त्यांना. आज पाच वर्षांत एक दिवससुद्धा मला सोडून कधी दूर गेले नाहीत- आता कुठे हो चाललात मला सोडून? - नका सोडू मेल्यांनो मला आत! त्यांच्या नावाचं हे कुंकू तरी कशाला हवं कपाळावर?" त्या बाईने खसकन आपल्या पातळाचा पदर ओढला आणि त्याने कपाळाचे कुंकू पुसून टाकले.

डॉक्टरांबरोबर घरी परत येताना विठ्ठलराव याच प्रसंगाचा विचार करीत होते. बिचारी लग्नाची बायको नाही म्हणून तिला शेवटची दृष्टभेटसुद्धा घेऊ देऊ नये की काय? शूद्रकाने वेश्येला स्मशानातल्या घागरीची उपमा दिली आहे. छे- अगदीच अरसिक तो! पवित्र गंगोदक घातलेला सुवर्णकलश आणि आता आपण पाहिलेली वेश्या यांच्यात काय अंतर आहे? एखाद्या पतिव्रतेप्रमाणे वर्तन आहे तिचे! बिचारीने कपाळाचे कुंकूदेखील पुसले-सतीची चाल असती तर स्वत:ला जाळून घ्यायला देखील तिने कमी केलं नसतं!

करुणकथेला योग्य विषय मिळाला याविषयी विठ्ठलरावांना मुळीच शंका उरली नाही. या बाईचा पूर्वेतिहास कळला तर अशी छान गोष्ट रंगविता येईल-पण तो कळायचा कसा?- मेव्हण्यांना विचारावे तर आपली जिज्ञासा त्यांना विक्षिप्तपणाची वाटायची! शेवटी विठ्ठलरावांनी या संशोधनाला योग्य कूळ शोधून काढले. घरच्या गड्याशी गोष्टी करता करता त्या बाईंची हकीगत त्याच्याकडून त्यांनी काढून घेतली. देवळाजवळच तिचे घर आहे हे ऐकून तर त्यांना अत्यानंद झाला. या आनंदाच्या भरात गडी डोळे मिचकावून मिष्किलपणाने आपणाकडे पाहात आहे हे लक्षातसुद्धा आले नाही.

रात्री नाटकाला जाण्याचा विठ्ठलरावांचा बेत डॉक्टरांनी परोपरीने मोडून काढला. "बालगंधर्वांची नाटके पाहणारे तुम्ही या दशावतारी धांगडधिंग्यात काय मौज वाटणार तुम्हाला!" या त्यांच्या आक्षेपाला "दररोज पोळी खाणाऱ्याला एखाद्या दिवशी नाचण्याची भाकरी खावीशी वाटतेच की नाही?" असे उत्तर देऊन विठ्ठलराव

मोकळे झाले. रखमाबाईंनाही लग्न झाल्यापासून आपल्या मातृभूमीतील शंखासुराचे दर्शन झाले नव्हते. शेवटी भवति न भवति होऊन विठ्ठलराव, रखमाबाई व गडी एवढी मंडळी देवळाकडे जाण्याला निघाली. देवळाच्या जवळ येताच एका घराकडे बोट दाखवून गडी हळूच म्हणाला, "हेच ते घर!"

मागासलेल्या रखमाबाईंना त्याचे शब्द ऐकू गेले नाहीत; पण त्याने दाखविलेले बोट व त्यामुळे वळलेली विठ्ठलरावांची दृष्टी ही मात्र त्यांना दिसली. गडी एका भाविणीच्या घराकडे बोट दाखवितो काय आणि आपला नवरा निलाजरेपणाने बघतो काय! त्यांना असा राग आला की-

नाटक सुरू झाल्यानंतर विठ्ठलरावांनी तिथून हळूच काढता पाय घेतला. तासाभरात आपण आपल्या करुण-कथेचे साहित्य गोळा करून पुन्हा देवळात हजर होऊ; आपण कुठे गेलो होतो की नाही याचा बायकोला पत्तासुद्धा लागणार नाही, अशी त्यांची कल्पना होती. बाहेर उभ्याउभ्याने नाटक बघत असलेल्या गड्याला ते म्हणाले, "येतोच हं मी लवकर."

त्यांची पाठ वळलेली पाहताच गड्याने टीकाकाराच्या रुबाबाने मान डोलावली. "काय हे पांढरपेशे लोक अन् काय ही त्यांची चालचलणूक!" असाच त्याच्या त्या मान डोलविण्याचा अर्थ होता.

विठ्ठलराव इकडे-तिकडे पाहातच त्या भाविणीच्या अंगणाच्या पायऱ्या चढले. अशा अपरात्री आपल्याइतक्या उदात्त हेतूने या पायऱ्यांवर कोणाही पुरुषाने कधी पाऊल टाकले नसेल, असा अहंकाराचा विचार त्यांच्या मनात या वेळी चमकून गेला! वेश्या! उदात्त करुणरसाचेच दर्शन होणार! नाटकाला सारी माणसे गेली असल्यामुळे आजूबाजूच्या घरात सर्वत्र सामसूम दिसत होते. विठ्ठलरावांना वाटले अरेरे! सारी तिकडे देवळात आनंदात निमग्न झाली आहेत आणि इकडे ही दुर्दैवी स्त्री दु:खात बुडून गेली आहे! केवढे हे उज्ज्वल प्रेम!

घराचे दार बंद असल्यामुळे विठ्ठलराव सोप्याच्या पायऱ्या चढून हळूच कानोसा घेऊ लागले. हुंदका, विलाप, "देवा, असा कसा रे निष्ठुर झालास तू!" अशा अर्थाचे उद्‌गार काही ना काही आपल्याला खास ऐकू येणार अशा आशेने त्यांनी कान टवकारले; पण त्यांची निराशाच झाली! थोड्याच वेळाने कुजबूज ऐकल्याचा त्यांना भास झाला. ही बाई घरात कुणाशी बोलत असावी? ती एकटी राहते असे गड्याने आपल्याला सांगितले होते. कुणी पुरुषबिरुष-छे: छे:! किती घाणेरडी शंका घेतली आपल्या मनाने! आज दुपारी, मानलेल्या पतीसाठी जिने आपल्या कपाळाचे कुंकू पुसून टाकले, ती एखाद्या परपुरुषाबरोबर या वेळी गुलूगुलू गोष्टी करीत बसेल हे अशक्य! पण कुजबूज तर ऐकू येते. खास तिला वेडच लागले असावे! स्वत:शीच बडबडत असेल ती वेडाच्या भरात! अरेरे!

विठ्ठलरावांच्या कारुण्यसमुद्राला प्रलयकालची भरती आली; आणि त्यांचे भान क्षणभर नाहीसे झाले. आतले शब्द स्पष्ट ऐकू येऊ लागल्यामुळेच की काय ते लवकर शुद्धीवर आले नाहीतर—

"सारंच मुसळ केरात. या डायरीत टिपून ठेवलं असेल ना त्यानं सारं—"

"पण मी तरी काय करू? कालपासून खोलीत जायला धडपडत होते मी; पण तो मेला मेव्हणा आला होता ना त्याचा?"

"मरो तो मेहुणा! तुझ्या माझ्या गळ्याला फास लागायची पाळी आली की. त्या दिवशी तुझ्या घरी तो आला- इथंच त्याला ताप भरला. त्या नोटा इथंच गेल्या असंच जो तो म्हणणार. त्यातून डायरीत जर का त्याने नंबर टिपलेले असले तर? परवा दिवशी डायरी देतो म्हणून त्यानं तुला सांगितलं होतं ना?"

"हो. म्हणूनच मी धडपडले कालपासून. आज दुपारी तर असं नाटक केलं की— देवळातलं आत्ताचं नाटक फिक्कं पडेल त्याच्यापुढं."

विठ्ठलराव या संवादाचा अर्थ लावण्यात इतके तल्लीन झाले की, दार उघडून आतली माणसे बाहेर आली तेव्हा कुठे त्यांना आपल्या विचित्र परिस्थितीची कल्पना आली. ते चटकन अंग चोरून बाजूच्या कोपऱ्यात उभे राहिले. पळून जाण्याचा प्रयत्न करावा तर चोरीचा आरोप अंगावर यायचा! 'जे जे होईल ते ते पाहावे' या संतवचनाखेरीज त्यांना या वेळी दुसऱ्या कशाचाच आश्रय मिळणे शक्य नव्हते. ती बाई आणि तिच्याशी बोलणारा तो पुरुष दोघांचीही पाठ त्यांच्याकडे होती. त्या बाईच्या हातातील दिव्याच्या प्रकाशात विठ्ठलरावांना तिच्या पातळाची चमकणारी किनार दिसली. करुणकथेच्या स्वप्नातून ते हळूहळू जागे होऊ लागले. ती बाई त्या पुरुषाला लाडीक स्वराने म्हणाली, "मला भय वाटतं गडे. इथंच राहाना आज. आता काही तुम्हाला भ्यायला नको कुणाला!"

"जिवंतपणी भ्यालो नाही त्याला! मग मेल्यावर कसली आलीय भीती? मला भीती वाटते आहे एका गोष्टीची. त्याची ती डायरी जर-"

"हळू बोला ना, कुणी ऐकलं तर? भिंतीलासुद्धा कान असतात," असे हलक्या आवाजाने उद्‌गार काढून त्या बाईने पाठ फिरवून सगळीकडे पाहिले तो -

तो काय?- याच वेळी धरणीकंप का झाला नाही, असे विठ्ठलरावांना होऊन गेले. ते शक्य तितके अंग चोरून उभे राहिले होते; पण अंग ही काही अशी वस्तू नाही की सारेच्या सारे चोरता येईल. विठ्ठलरावांना पाहताच ती बाई थरथरा कापू लागली. तो पुरुष गुरगुरतच पुढे आला आणि हातातली छडी वर करून त्याने दरडावून विचारले,

"कोण रे तू?"

वाग्देवता प्रसन्न करण्याकरिता विठ्ठलरावांनी आजचे हे दिव्य केले होते; पण

ऐन संकटाच्या वेळी ती त्यांना अजिबात सोडून गेली. त्यांच्या तोंडातून शब्दच उमटेना. त्या मनुष्याने त्यांना कोपऱ्यातून खसकन पुढे ओढले आणि तो निरखून त्यांच्या चेहऱ्याकडे पाहू लागला. 'म-म-म-मी-मी-मी' एवढीच विठ्ठलरावांना वाचा फुटली.

"तुला कोणी पाठविलं ते ठाऊक आहे मला-" तो मनुष्य विठ्ठलरावांच्या अंगावर खेकसून म्हणाला.

"नाही. कुणी पाठविलं नाही. मी-मीच आलो. ह्या-ह्या-ह्यांच्याकडे आलो होतो-"

विठ्ठलराव होती नव्हती तेवढी शक्ती एकवटून बोलले. त्यांच्या त्या शब्दांचे त्या बाईकडून स्वागत होण्यापूर्वीच खळ्यातून रखमाबाईंची मेघगर्जना ऐकू आली—

"दिवे ओवाळा तोंडावरून!- म्हणे ह्यांच्याकडे आलो होतो! कोकणात यायची अवदसा एवढ्याकरिताच आठवली वाटतं?"

विठ्ठलराव मटकन खालीच बसले. आपली पत्नी देवळातले नाटक सोडून इकडे अचूक कशी उत्पन्न झाली, हे त्यांच्या मुळीच लक्षात येईना.

नाटकाला गेलेली मंडळी लवकर परत आलेली पाहून डॉक्टरांनी विचारले, "का ताई कसं काय झालं नाटक?"

"जन्माचंच नाटक झालंय मेलं!" रखमाबाईंनी रडक्या आवाजात उत्तर दिले.

दुसऱ्या दिवसापासून विठ्ठलरावांनी सोन्याच्या फुलांच्या गोष्टीला करण्याला सुरुवात केली.

(१९३२)

■

तृणांकुर

(१)

परमेश्वर

बाहेर अंधार पडला होता. टोळाला तिथे करमेना. तो खिडकीतून खोलीत आत आला. दिव्याचे किरण अंगावर पडताच त्याचा हिरवा रंग चमकू लागला. जणू काही मावळतीकडे कललेल्या सूर्याच्या प्रकाशाने चमकणारे समुद्राचे पाणीच!

टोळ अभिमानाने आपल्या रंगाकडे पाहात होता!

"घुर्र घुर्र" असा आवाज कानी पडताच त्याने दचकून पाहिले. दिव्याच्या खाली एक मांजर बसले होते. किती काळेकुट्ट होते ते! दिव्याखाली अंधार म्हणतात ते खोटे नाही काही!

अभिमानाच्या लाटा टोळाच्या मनात जोराने उचंबळू लागल्या, "माझा रंग कसा हिरवा हिरवा गार आहे. अगदी पाचूसारखा! नाहीतर हा दिव्याखालचा कोळसा!"

तो आनंदाने नाचू लागला.

पाखरे झाडावर कशी खेळकरपणाने नाचतात. आता या डहाळीच्या टोकाला झोका दे, लगेच त्या डहाळीशी फुगडी खेळ! टोळही तसेच करू लागला. क्षणात छपरापर्यंत भरारी मारावी, क्षणात भुर्रकन खाली यावे.

येता येता त्याला वाटले "कसं आहे माझं शरीर! जणू काही विमानच. नाहीतर तो दिव्याखाली बसलेला काळभैरव! खटारा आहे झालं नुसता!"

दिव्याखाली मांजर खिन्न मुद्रेने बसले होते. आज चार दिवसांत उंदीर लांब राहिला. पण पाल- फार काय झुरळसुद्धा त्याला मिळाले नव्हते. 'घुर्र घुर्र' करीत ते मोठ्याने म्हणाले, "किती निर्दय आहे देव! आज चार दिवस झाले—"

त्याचे हे शब्द ऐकून टोळाला आश्चर्य वाटले. देव आणि निर्दय? ज्या देवाने आपल्याला हा सुंदर हिरवा रंग दिला, विमानासारखे चपळ शरीर दिले, तो देव निर्दय कसा असेल? दिव्याशेजारी उडी मारून तो म्हणाला, "बोकोबा, महामूर्ख आहेस तू. देव दयाळू आहे. बघ, देवाने दिलेला हा माझा रंग बघ. हे बघ विमान वर चाललं."

पण ते विमान उडण्यापूर्वीच जमिनीवर कोसळून पडले. मांजराने अचूक टिपण साधले होते.

टोळाने आक्रोश केला, ''देव निर्दय आहे. दु-ष्ट-''

मांजर मिटक्या मारीत म्हणाले, ''देव दयाळू आहे, फार दयाळू आहे.''

(१९३३)

(२)

सुधारक!

शेपूट तुटलेला कोल्हा म्हणाला, ''बंधूभगिनींनो, आधी केले, मग सांगितले अशा मताचा आहे मी! शेपटामुळेच मनुष्यापेक्षा कोल्ह्याचा दर्जा कमी ठरला आहे. मनुष्य म्हणजे काय? शेपूट नसलेला वानर!- सृष्टीने दिलेली प्रत्येक गोष्ट प्राण्याच्या उपयोगी पडेलच असे नाही. मनुष्यातील नर पाहा. त्याच्या तोंडावर दाढीमिश्यांचे जंगल रात्रंदिवस वाढत असते. पण तो ते छाटून आपली सुधारणा करीत आहे. म्हणून आपण सर्वांनी एक लांगूल-उच्चाटन दिन पाळावा आणि त्या दिवशी शेपूट कापण्याची सुधारणा अमलात आणावी. अशी माझी नम्र विनंती आहे.''

सर्व कोल्हे आपल्या म्हाताऱ्या पुढाऱ्याकडे टकमक पाहू लागले. लांड्या कोल्ह्याचे म्हणणे त्यांना खरे वाटू लागले होते.

म्हातारा कोल्हा उठला व रेकत म्हणाला, ''आजच्या विद्वान वक्त्यांनी संगितलेल्या गोष्टीला माझी लांगूलपूर्वक संमती आहे.''

लांडा कोल्हा मध्येच ओरडला, ''ऐका, ऐका!'' म्हातारा पुढे बोलू लागला, ''शेपूट कापल्यावर ते पुन्हा हवेसे झाले तर ते उगविण्याची सोयही झाली आहे आता. एका शास्त्रज्ञाने तसा शोधही लावला आहे—''

लांड्या कोल्ह्याने घाईघाईने विचारले, ''नाव काय त्याचं?''

म्हाताऱ्याने प्रश्न नकळत्यावर घालविला.

तो शेपूट तुटलेला कोल्हा एकदम उठून ओरडला, ''अहो आजोबा, तो शोध लावणाराचा पत्ता हवाय मला.'' एकदम प्रचंड कोल्हेकुई उठली. ती ऐकताच लांड्या कोल्ह्याच्या लक्षात आपली चूक आली. त्यात समाधान एवढेच की सभेतून पळताना शेपटाचे ओझे त्याला वागवावे लागले नाही.

(३)

हृदय

आपल्या अंगच्या निर्मळपणाचा त्याला मोठा अभिमान वाटे. गवताच्या चिमण्या पातीने कुठे डोके वर केले तर ते सुद्धा तो तात्काळ छाटून टाकी. पलीकडील झाडाची पाने मधून मधून अंगणात पडत. पण लगेच ती वेचून तो बाहेर फेकून देई.

पण पुढे पुढे त्याला ते अंगण ओके वाटू लागले. ते निर्मळ असले तरी त्याला आनंद होईना.

एके दिवशी त्याला एक लहर आली. एक मोगरीची वेल त्याने अंगणाच्या कोपऱ्यात लावली. आपल्या निर्मळ मनाचे समाधान करताना तो म्हणाला, "जाऊ दे तेवढा कोपरा! श्रीमंत मनुष्याने थोडे तरी दान करायला नको का?"

मोगरीला कळे आले. तो दुरूनच त्यांच्याकडे पाही. कळे फुलले. आता मात्र त्याला दूर राहवेना. जवळ जाऊन त्याने ती मुग्धमधुर फुले हळूच हातात घेतली. नकळत अंगणाकडे त्याची पाठ झाली. सुवासाने धुंद झालेल्या त्याच्या मनाला अंगणात गळून पडलेल्या पानाचा आवाज ऐकूही आला नाही.

(४)

क्षितिज

पृथ्वी आणि आकाश दोन्ही सुंदर! पण एकमेकांपासून किती दूर!

कवीच्या कल्पनेला हे दूरत्व बोचू लागले. कुठेतरी आकाश आणि पृथ्वी याचे मीलन झाले असेल असे त्याला वाटले. पण पृथ्वीप्रदक्षिणा करूनही हे मधुर दृश्य त्याला पाहायला मिळाले नाही.

त्याच्या कल्पनेने क्षितिज निर्माण केले. पृथ्वी आणि आकाश यांच्या मधुर मीलनाचे स्थान म्हणून त्या रेषेकडे तो बोट दाखवू लागला. अनेकांनी कवीच्या प्रतिभेचे कौतुक केले. पण एका आडाणी माळ्याला ही कल्पना पटेना. पृथ्वी आणि आकाश ही जिथे एकमेकांना भेटतात त्या क्षितिजाकडे स्वत:बरोबर येण्याचा तो कवीला आग्रह करू लागला. कवी म्हणाला, "दुरूनच पाहिले पाहिजे ते."

माळ्याने पृथ्वी आणि आकाश यांची भेट प्रत्यक्ष दाखविण्याचे कबूल करताच कवीचे नवरस आटून गेले. त्याच्या म्हणण्याचा अर्थच कळेना त्याला.

माळ्याने त्याला आपल्या बागेतील एका सुंदर आम्रवृक्षाखाली नेले. झाडावरील एका पिकलेल्या मोहक आंब्याकडे त्याने बोट दाखविले. कवी क्षणभर गोंधळला.

दुसऱ्याच क्षणी त्याला वाटले, आपल्यापेक्षा माळ्याचे म्हणणेच खरे आहे. पृथ्वी आणि आकाश यांच्या मीलनाचे मधुर फळच आहे हे!

(५)

शहाणे मेंढरू

टेकडीवर मध्येच खड्डा होता तो! अवतीभोवतीच्या हिरव्यागार पानांकडे पाहात धावणाऱ्या मेंढरांना तो कसा दिसावा?

सर्वांत पुढचे मेंढरू एकदम तोल जाऊन आत पडले. त्याच्या मागच्याला वाटले- या खड्ड्यातच काहीतरी विशेष असले पाहिजे. त्याने मागे पुढे न पाहता आत उडी टाकली.

एक-दोन-तीन-चार-पाच हळूहळू खड्डा भरून येऊ लागला. शेवटचे मेंढरू आंधळेपणाने पुढे गेले. पण खड्डा पूर्णपणे भरून आला असल्यामुळे इतर मेंढरांच्या अंगावरून धडपडत कसेबसे ते पलीकडल्या बाजूला लागले. लगेच ते मागे वळून म्हणाले, 'मूर्ख कुठली! वाटेतला खड्डासुद्धा दिसत नाही का?''

(६)

युगांतर

आद्ययुगातील ऋषींना स्फूर्ती झाली. परमेश्वराचे स्वरूप पाहण्याचा त्यांच्या प्रतिभेने प्रयत्न केला. वेद जन्माला आले. मात्र परमेश्वराविषयी 'नेति नेति' एवढेच ज्ञान त्यांना झाले! जनता विस्मयाने म्हणाली, ''खरे तत्त्वज्ञान ते हे!''

मध्ययुगातील सज्जनांना स्फूर्ती झाली. परमेश्वराचे स्वरूप पाहण्याची प्रतिज्ञाच केली त्यांनी. मग काय? दगड देव बनला; वानर ईश्वर झाला. परमेश्वर जळी, स्थळी, काष्ठी, पाषाणी आहे असे ज्ञान त्यांना झाले. जनता आनंदाने उद्गारली ''खरी भक्ती ती ही!''

विज्ञानयुगातील शास्त्रज्ञांना स्फूर्ती झाली. दगडापासून वानरापर्यंत सर्वांच्या जीवनावर आपल्या शोधांचा प्रकाश त्यांनी पाडला. पण परमेश्वर कुठेच दिसेना. ते तुच्छतेने म्हणाले, 'नेति नेति'. जनता क्रोधाने किंचाळली, ''नास्तिक, नास्तिक!''

(७)

रम्य बालपण

फिरायला निघालेली ती तीन मंडळी क्षणभर मुग्ध झाली. आंबराईत कोकिळा गात होती. 'कुहू कुहू'! पाच वर्षांचा मुलगा नाचत नाचत गाऊ लागला 'कुहू कुहू.'

तिशीतल्या तरुणाने हातातील वेताच्या छडीने जमिनीवर ताल धरीत गुणगुणायला सुरुवात केली.

'अवेळ तरिही बोल, कोकिळे-'

साठी उलटलेले आजोबा आपला दांडा खणकन वाजवून म्हणाले, 'चला लवकर, फिरून यायला उशीर होईल फार.'

दुसऱ्या दिवशी संध्याकाळी हीच मंडळी आंबराईजवळून जात होती. वानरांचा एक कळपचा कळप 'ख्याक ख्याक' असा कर्णकटू स्वर काढीत झाडावरून इकडे तिकडे नाचत होता.

आजोबा न थांबताच पुढे गेले. तरुणाने त्या दात विचकणाऱ्या वानरांकडे तिरस्काराने पाहिले आणि छडी फिरवीत तो पुढे चालू लागला. क्षणभराने तो वळून पाहतो तो बाळ मागेच राहिलेला! तो ओरडला 'अरे चल लवकर-'

त्याला उत्तर मिळाले, 'हुप्प! हुप्प!'

(१९३६)

∎

संगम

दादासाहेबांनी कागद वाचून संपताच ते टेबलावर टाकले. वाऱ्याच्या झोताबरोबर त्यातले एक दोन उडून खाली पडले. पण उचलून ठेवायला दादासाहेब काही उठले नाहीत. त्यांच्या मनात आले- आज सख्ख्या भावांची ताटातूट करणारे हे कागद तरी एकत्र कसे नांदतील? या कल्पनेने त्यांना हसू आले पण त्या हसण्याने त्यांच्या मुद्रेवरील अंधुक उदासीनपणा काही उजळला नाही. खुर्चीवरून उठता उठता दोन्ही हात उंच करून त्यांनी आपली बोटे एकमेकांत अडकविली आणि चांगला आळस दिला. टेबलावरल्या कागदपत्रातले भावनाशून्य जग विसरण्याकरिताच की काय, ते खिडकीपाशी जाऊन बाहेर पाहू लागले.

शेजारच्या बंगल्याच्या आवारात मोटारीची दुरुस्ती चालली होती. नेहमीप्रमाणे सकाळी आंघोळ करून कामाला बसताना खटखट अशा आवाजाने या गोष्टीकडे दादासाहेबांचे लक्ष गेले होते. त्यांनी आता निरखून पाहिले. अजून मोटारीची दुरुस्ती चाललीच होती. इकडे तिकडे अस्ताव्यस्त पसरलेले तिचे भाग- भाऊबंदकीचे मूर्तिमंत चित्रच होते ते. त्यांनी समोर पाहिले. मोकळ्या जागेत चिरपी लाकडे चिरत होते. जवळपास होणाऱ्या एखाद्या बंगल्याची पूर्वतयारी असावी ती! करवतीचा खर्र खर्र असा तो आवाज त्यांना अत्यंत कर्कश वाटला.

पलीकडे आपल्या अभ्यासाच्या खोलीत कमल गात होती. लहानपणी आजीपाशी शिकली होती ती ते गाणे.

सुरेख संगम किती। सखे ग।
कृष्णा मिळाली कोयनेप्रती।।

दादासाहेबांनी नकळत मान वळवून टेबलावरील कागदपत्राकडे पाहिले. त्यांच्या चेहऱ्यावरून मंद स्मित चमकून गेले. जणू काही ते म्हणाले, ''काव्य आणि व्यवहार यात जमीन अस्मानाचे अंतर असते.''

त्यांनी खिडकीतून आकाशाकडे पाहिले. त्याच्या त्या भव्य दर्शनाने मनुष्याचा क्षुद्रपणा विसरता येतो हा अनुभव त्यांनी अनेकदा घेतला होता. पण आज काय झाले होते कोणाला ठाऊक! त्या स्वच्छ निळ्या आकाशाकडे पाहून त्यांच्या मनाचे असमाधान अधिकच वाढले. वधूवरांवर अक्षता टाकून लग्नमंडपातील माणसे

पांगतात ना तसे झाले होते यंदा अगदी. मृगाच्या पावसाचे चार शिंतोडे टाकून मेघमंडळींनी जो पळ काढला होता तो आषाढ संपत आला तरी त्यांचा पत्ता नव्हता. त्यामुळे आकाशाकडे पाहता पाहता दादासाहेबांना वाटले- आकाश आणि पृथ्वी या भावंडांतही भांडण आहेच की! आकाशाने जवळ असलेले विपुल पाणी कुठेतरी लपवून ठेविले आहे आणि इकडे पृथ्वी तहानेने व्याकुळ झाली आहे. समोरची झाडे धुळीने कशी माखून गेली होती. भोवतालच्या बंगल्यांची छपरे- पाऊस न पडल्यामुळे किती जुनी-पुराणी दिसत होती ती!

"दादा—"

कमलच्या हाकेने दादा आपल्या विचारातून जागे झाले. उजवा हात एका दारावर ठेवून ती उभी होती. पंधरा-सोळा वर्षांची मुलगी. त्यातून उफाड्याची. दादांना क्षणभर वाटले की आपली मृतपत्नी मुग्धरूप घेऊन आली आहे. कमलचे ओठ, जिवणी सारे काही हुबेहूब आईच्यासारखे होते.

मुलीकडे वात्सल्याने पाहात दादा म्हणाले, "काय कमलाकर?" कमलाकर ही त्यांची प्रेमाची हाक असे नेहमी.

"साडेदहा होऊन गेले की!"

"आज शाळेतला पहिला तास गाणंबिणं आहे की काय?" जवळ जाऊन तिची पाठ थोपटीत त्यांनी प्रश्न केला.

"हे काय हो दादा? गाण्याशिवाय मला-" दादांनी हाक मारली 'जयंत-' कमलच्या पलीकडच्या खोलीतून सतरा अठरा वर्षांचा मुलगा बाहेर आला. दादांनी त्याच्या डोळ्यांकडे निरखून पाहिले. थेट आईचे डोळे! अशा वेळी ते नेहमी मनात म्हणत- "माझी पत्नी मला सोडून गेली नाही. या दोन मुलांच्या रूपाने माझ्यापाशीच आहे ती."

"चल ना जेवायला."

"आज पहिला तास नाही मला दादा."

"आणि असला तरी तो चुकविता येतो की!" दादा हसले. त्यांच्या बरोबर कमलही हसली. तिचे हसणे पाहताच जयंताच्या कपाळावर एक बारीक आठी पडली. त्याचे त्यालाच कळत नव्हते. पण अलीकडे कमलविषयी त्याच्या मनात एक अढी उत्पन्न झाली होती. दादा तिचे लाड अधिक करतात असे त्याला वाटे. पातळे, झंपर, आकडे, तेले किती खर्च करीत असे ती. पातळाइतके वैचित्र्य पायजाम्याच्या कापडात असत नाही हा काय दादांचा दोष होता? पुरुषांनी केस ठेवून भांग काढला तरी आकड्यांचा कान टोकरण्याखेरीज त्यांना काही उपयोग नाही याला बिचारी कमल तरी काय करणार? पण जयंताच्या हे लक्षातच येत नसे. तो आपल्या कॉलेजातल्या मित्रमंडळीत गुरफटलेला तर कमल आपल्या शाळेतल्या

मैत्रिणीत दंग. पूर्वी दोघांचे एक जग होते. पण त्या एकाची आता दोन जगे झाली होती. एवढेच नव्हे, तर ती एकमेकांपासून दूरवर जात होती. नुकत्याच घरात आलेल्या रेडिओने जयंताच्या मनातली अढी अधिकच दृढ झाली. त्याने दादांना रेडिओ घ्यायला सांगितला तेव्हा दादा म्हणाले होते, "कॉलेज बुडवून रेडिओपाशीच बसशील तू." पण कमलने हट्ट धरताच मात्र दादांनी मुळीच आढेवेढे घेतले नाहीत.

त्यामुळे जेवायला न जाता जयंत परत आपल्या खोलीकडे वळण्याच्या विचारात होता. पण दादा हसून म्हणाले, "रात्री जेवायला जायचंय मला. तेव्हा तुझ्या पंक्तीचा लाभ आताच दे की मला." अगदी निरुपाय झाला जयंताचा. मात्र जेवताना त्याने मौनव्रत धारण केले होते. कमलने दादांना विचारले, "रात्री परत केव्हा येणार तुम्ही?"

"दहा तर वाजतील."

कमलचा चेहरा खिन्न झाला. दादा थट्टेने म्हणाले, "एकदम आभाळसं आलं?"

"आज छान गाणं आहे आपल्या रेडिओवर."

"किती वाजता?"

"साडेआठ ते दहा."

"मग तू नि जयंत ऐका माझ्याबद्दल. बाकी गाणं चुकतं म्हणून फार काही वाईट वाटायचं कारण नाही मला."

कमलच्या हातातील कढीचा भुरका तसाच राहिला. तिने प्रश्नार्थक दृष्टीने दादांच्याकडे पाहिले.

"चार दिवस तू नि जयंत गुणगुणत राहणार की! आमच्या सारख्यांना काय, सेकंडहँड गाणंसुद्धा चालतं."

कमल खुदकन हसली. आतापर्यंत गंभीर असलेल्या जयंतानेही स्मित केले.

"माझ्या मैत्रिणींना बोलविणार आहे मी गाणं ऐकायला. नि कॉफी करणार आहे त्यांच्यासाठी."

"कॉफीच्या वेळेपर्यंत नक्की येतो मी. मग तर झालं?"

●

वकिलाच्या बैठकीच्या खोलीत चहाच्या वेळी जो तो दादासाहेबांचे कौतुक करीत होता. त्या भाऊबंदकीच्या दाव्यात त्यांची बाजू दुर्बळ होती असे सर्वांना वाटत होते. पण कुशल सेनापतीने दुबळ्या सैन्याला जय मिळवून दिल्याची उदाहरणे काय थोडी आहेत? आज दादासाहेबांनीही तसाच विजय मिळविला होता.

पण आज आनंदाच्या वेळीही दादासाहेबांचे लक्ष वकील मंडळीच्या स्तुतीकडे मुळीच नव्हते. या दाव्यात त्यांनी भावाभावांची काळीकुट्ट अंत:करणे अगदी जवळून

पाहिली होती. त्यामुळे उबगून गेलेल्या त्यांच्या मनाला कशातच गोडी वाटत नव्हती. प्रेत पाहिल्यानंतर एक प्रकारचे क्षणिक वैराग्य नाही का येत? तसे झाले होते त्यांना. ते शून्य दृष्टीने आकाशाकडे पाहात होते. तेही काळेकुट्ट होऊन गेले होते अगदी.

संध्याकाळी क्लबात जाताच दादासाहेबांनी कमलच्या मैत्रिणींकरिता मोटार पाठवून दिली पण एरवीप्रमाणे आज त्यांचे मन खेळात रमेना. राहून राहून त्या जिंकलेल्या खटल्यातले भाऊ त्यांच्यापुढे उभे राहात. दोघांत वीस वर्षांचे अंतर. थोरल्याने धाकट्याचा प्रथम प्रेमाने प्रतिपाळ केलेला. पण धाकटा त्याच्यावर उलटला आणि एका जुन्या कागदाच्या आधाराने कुटुंबाकरिता झालेला कर्जाचा सारा भार थोरल्याच्या शिरावर बसला. थोरल्यानेही धाकट्याला बुडविण्याकरिता नंतर अनेक कारवाया केल्या होत्या.

त्यांच्या मनाप्रमाणे हवाही कुंदच होती आज. आकाशात सुरू झालेला गडगडाट तावातावाने भांडणाऱ्या माणसांची आठवण करून देत होता. साडेदहा वाजता जेवून ते बंगल्याकडे यावयास निघाले तेव्हा पावसाची बुरबुर सुरू होऊन रस्त्यावर थोडासा चिखल झाला होता. मोटारीच्या भिंगावर तो मधूनच एकदोनदा उडाला त्या वेळी दादासाहेबांच्या मनात आले- चिखलाचे शिंतोडे उडालेल्या या काचेसारखेच झाले आहे आपले मन. स्वच्छ पाण्याने शिंतोडे पुसता येतात. कठोर व्यवहाराने आलेला उदासीनपणा घालवायला प्रेमळ हृदयांचा सहवासच हवा. बस्स, घरी गेले की कमल आणि जयंत यांच्याशी खूप गप्पा मारायच्या, त्यांना गायला लावायचं. जगातल्या व्यवहाराने आपल्याला येणारा शीण पूर्वी पत्नी नाहीशी करी. ही संजीवनी या मुलांत जणू काही ठेवून गेली आहे ती!

'कमलाकर, जयंत' म्हणून त्यांनी मोठ्याने हाका मारल्या खऱ्या! पण दार उघडले ते स्वयंपाकीणबाईंनी! त्यांना वाटले, कमल वर अजून मैत्रिणींतच गुंग असेल. पण खाली हसणे, खिदळणे बिलकुल ऐकू येत नव्हते. सारा शुकशुकाट. ते जिना चढून थेट रेडिओच्या खोलीत गेले. तिथे कुणीच नव्हते. कमलच्या खोलीपाशी जाऊन त्यांनी हाक मारली. दार आतून लावले होते. त्यांनी हाक मारताच एक हुंदका मात्र ऐकू आला. गोंधळून ते जयंताच्या खोलीकडे गेले. त्याचेही दार आतून बंद होते. दादांनी हाक मारताच 'फार डोकं दुखतंय माझं' एवढेच सांगितले त्याने. खाट करकर वाजली यावरून तो अस्वस्थपणाने कुशीवर वळला असावा एवढे दादासाहेबांनी ताडले.

सबंध दिवस उबगून गेलेल्या त्यांच्या मनाला या प्रकाराने अधिकच त्रास झाला. जड पावलांनी ते आपल्या खोलीकडे वळले. त्यांनी दार उघडले. पण त्यांचे पाऊल मात्र पुढे पडले नाही. कडकड करीत वीज एकदम कुठे तरी पडली. तिचा प्रकाश

साऱ्या खिडक्यांतून लखकन असा चमकला की, दादासाहेब क्षणभर जागच्या जागीच स्तंभित झाले. त्यांच्या मनात मात्र विचार आला आज नुसत्या विजाच पडणारसे दिसते.

कपडे काढून ठेवताना त्यांची नजर टेबलाकडे गेली. दोन पत्रे! आणि तीही पोस्टातून आलेली नव्हेत. त्यांनी ती आश्चर्याने फोडली, पहिले कमलचे होते. 'जयंतासारख्या भावाबरोबर घरात राहण्यापेक्षा बोर्डिंगात राहणे हजारपटीने बरे. उद्या मला हिंगण्याला पाठवा.' एवढाच मजकूर होता त्याच्यात. जयंताने लिहिले होते, 'कमलसारख्या बहिणीबरोबर घरात दिवस काढणे कठीण आहे. उद्यापासून रेसिडेन्सीला राहायला जाण्याची इच्छा आहे माझी.'

या पत्रावरून बहीणभावांचे मोठे भांडण झाले आहे हे उघड दिसत होते. पण त्याचे कारण? दादांचे मन म्हणत होते- 'मुलांना त्रास होऊ नये म्हणून दुसऱ्या लग्नाचा विचारही वावडा मानला. व्यवहाराच्या तापलेल्या मनुष्याला घरात प्रेमाची सावली हवी. ही चिमणी रोपे मोठी होतील आणि त्यांच्या गर्द छायेत-पण आजच भांडणाची आग पेटविणारी ही भावंडे- कसला गारवा मिळणार पुढे यांच्याकडून?

अस्वस्थ मनाने ते खाली गेले. स्वयंपाकीणबाईंनी भांडणाची मोडकीतोडकी हकीगत सांगितली. त्यावरून त्यांना थोडीफार कल्पना आली. रेडिओवरचे गाणे ऐकण्याकरिता कमलने आपल्या मैत्रिणी बोलावल्या होत्या. जयंताचे मित्रही आले होते काही. कमल व तिच्या मैत्रिणी साडेआठला वर जाऊन बघतात तो रेडिओजवळच्या सर्व खुर्च्या जयंताच्या मित्रांनी अडवलेल्या. हवा चांगली नसल्यामुळे गाणेही नीट ऐकू येत नव्हते. कमलने डोळ्यांत पाणी आणून विनवणी केली. पण जयंताने तिच्याकडे मुळीच लक्ष दिले नाही. शब्दावरून शब्द वाढत गेले. खूप उखाळ्यापाखाळ्या निघाल्या. परक्या मुलींसमोर बहीण टाकून बोलते म्हणून जयंत चिडला. अनोळखी मुलांसमोर भावाने आपला अपमान केला म्हणून कमल रागावली. गाणे रेडिओवर आणि कॉफी चुलीवरच राहिली. सारी मित्रमंडळी चोरट्या मनाने निघून गेली. बहीण-भावांनी आपआपल्या खोल्यांची खाडखाड दारे लावली आणि ती आतून बंद केली.

दादासाहेब वर येऊन आपल्या खोलीतल्या खिडकीतून बाहेरील भयाण अंधार पाहात होते. मधून मधून वीज चमके. जणू काही ती त्या भयंकर अंधारावर प्रकाश पाडण्याचा निष्फळ प्रयत्नच करीत होती. दादासाहेबांच्या पुढे प्रश्न उभा राहिला. मानवी मन नेहमी असे अंधारानेच भरलेले राहायचे काय? प्रेमळपणाचा प्रकाश क्षणिक. पण कलहाचा अंधार मात्र चिरंतन!

अशा अस्वस्थ मन:स्थितीत शांत झोप तरी कुठून येणार? सुमारे एक वाजला असेल, आपल्या दारापाशी काहीतरी वाजले असे त्यांना वाटले. ते उठून बसले.

कदाचित रडून दमलेली कमल आपल्याकडे आली असेल असे त्यांच्या मनात आले. त्यांनी खिडकीतून बाहेर पाहिले. अंधार तसाच होता. पण आता वीज चमकत नसून पावसाची मुसळधार सर कोसळत होती.

दार उघडून ते बाहेर आले. पण तिथे कुणीच नव्हते. कमलच्या खोलीकडे जाऊन पाहतात तो तिचे दार सताड उघडे. जयंताच्या खोलीचीही तीच स्थिती! दोन्ही मुले गेली तरी कुठे? बाल्य आणि तारुण्य यांच्या सीमेवरले भय मोठे चमत्कारिक असते. जितके मोहक तितकेच मारक! मामी टाकून बोलल्यामुळे पंधराव्या वर्षी आपण आगगाडीखाली जीव द्यायला गेलो होतो हे दादांना आठवले. भयभीत मनाने जिना उतरून मुलांना शोधण्याकरिता ते खाली आले. पाहतात तो देवघरातला दिवा लागलेला! पाऊल न वाजविता ते देवघराच्या दाराआड उभे राहून पाहू लागले.

जयंत कमलच्या पाठीवरून हात फिरवून तिचे समाधान करीत होता. "ताई, माझीच चूक झाली."

"नाही दादा, माझीच!"

स्वत: अपराधी ठरवण्याकरिता जणू काही त्याची अहमहमिका चालली होती.

जयंताच्या डोळ्यांतले अश्रू पुशीत कमल म्हणाली, "हे काय दादा?"

"नि तुझं काय चाललंय?" घोगऱ्या स्वरात त्याने प्रश्न केला. थोडा वेळ दोघांनीही आपल्या अश्रूंना वाट करून दिली. मग जयंत हसत म्हणाला, "तू का आलीस इथं?"

"तुझ्या खोलीतला दिवा एकदम दिसेनासा झाला. दारही वाजले. मला वाटले माझ्यावर रागावून आम्हाला सोडून चाललास तू! धावतच आले बघ मी. अगदी राहवेना मला. देवघराच्या दारात येते तो तू आईच्या फोटोपुढे गुडघे टेकून बसलेला दिसलास, मग—"

"आई स्वप्नात आली बघ माझ्या. ती आजारी होती तेव्हा तुला न मला जवळ घेऊन बसली होती ना? तश्शी दिसत होती अगदी. 'जयंत, आता तुझी आई कमल आणि कमलची आई तू.' असे त्या वेळी म्हणाली होती ती. ते सारे आठवले मला. मी मघाशी तुझ्यावर चिडलो, तशी आई कधी रागावली असती का?"

"नि मी तुला नाही नाही ते बोलले. आई अशी कधीच बोलली नसती तुला."

बहीणभावंडांनी एकमेकांचे हात घट्ट धरले. जणू काही डोळ्यांनीही प्रगट करता येणार नाही असा उमाळा ती स्पर्शाने व्यक्त करीत होती. देवघरातला दिवा मालवून दोघेही बाहेर पडली.

स्वयंपाकघरावरून जाताना कमल म्हणाली, "दादा, कॉफी घेऊन जाऊ या की." लगेच तिने तिथला दिवा लावलाही.

कमल कॉफीचा दुसरा पेला भरीत असताना तिच्या कानावर एकदम शब्द पडले, "बोर्डिंगात अपरात्री नाही अशी कॉफी मिळायची!" तिने चमकून पाहिले. दारात दादा उभे होते. ती तशीच स्तब्ध राहिली.

जवळ जाऊन दादा म्हणाले, "कमलाकर, आणखी एक पेला भरायला हवाय."

दोन्ही मुले कॉफी पिताना गालातल्या गालात हसत होती. मोठ्या तापातून उठल्यावर शरीर अशक्त होते. पण दृष्टीला सारी सृष्टी पाहताना लहान मुलासारखा आनंद होत असतो अगदी. त्या बहीण-भावंडाच्या मनाची स्थिती अशीच झाली होती. दादांच्या पुढे जिन्यावरून धावतच ती वर गेली. दादा खोलीत जाऊन पाहतात तो त्यांच्या टेबलावरील चिठ्ठ्यांचे तुकडे केराच्या टोपलीत पडत होते.

पाऊस खळल्यासारखा वाटल्यामुळे त्यांनी खिडकी उघडून बाहेर पाहिले. आभाळ बरेच निवळले होते. अंधुक चांदण्यात चमकणारे जमिनीवरील पाणी तर विलक्षण मोहक दिसत होते. ते कमलला म्हणाले, "कमल, एक गाणं म्हणायला हवं आता. गाणं झाल्यावर कॉफी आहेच पुन्हा."

कमलने हसत विचारले, "काय म्हणू?"

"सुरेख संगम किती-"

(१९३६)

■

शिकार

“कसली शिकार चालली आहे एवढी?” त्यांनी चपापून खिडकीतून मागे वळून पाहिले. मला खोलीत येऊन किती वेळ झाला याची कल्पनाच नव्हती त्यांना. मी मात्र आजच्या या निराळ्या दृश्याने गोंधळून गेले होते.

रात्री खोलीत पाऊल टाकले की स्वारी आरामखुर्चीवर बसलेली दिसायची. हातात बहुधा एखादी इंग्रजी कादंबरी असायची, आणि सुंदर हरिणाच्या कातड्याने सुशोभित केलेल्या माझ्या आवडत्या खुर्चीत मी बसले की वाचलेल्या भागातील गंमती सांगायला सुरुवात व्हायची. एकदा कुठल्याशा कादंबरीतील नायिकेच्या सौंदर्याचे मोठे रसभरित वर्णन करणे झाले. त्या वेळी मी थट्टेने म्हणाले, “अशा वेळी पश्चात्ताप होत असेल नाही?”

“कसला?”

“माझ्याशी लग्न केल्याचा.”

त्यांनीही मौजेने उत्तर दिले, “लग्न ही शिकार आहे एक. सिंहाची तयारी करावी तेव्हा कुठे ससा मिळतो!”

मनुष्य शब्दांचा अगदी बंदा गुलाम आहे हेच खरे! लग्नाला शिकार गमतीने म्हटले त्यांनी! पण त्यामुळे माझ्या मनात नाही नाही त्या अभद्र कल्पना आल्या. माझ्या चेहऱ्यावरही त्यांचे अस्पष्ट प्रतिबिंब पडले असावे. माझ्या खांद्यावर स्निग्धपणाने हात ठेवून ते म्हणाले, “पण सुधा, ही शिकार इतर शिकारींपेक्षा अगदी निराळी असते हं! एक सावज मिळाले की दुसरे मिळविण्याचा शिकाऱ्याला मोह पडतो- अगदी कैफ चढतो. पण एकदा लग्न झालं-”

पुढे न बोलता त्यांनी विलायतेत असतानाच्या आपल्या डायऱ्या कपाटातून काढल्या. डायऱ्या कसल्या? चांगली नोटबुकेच होती ती. त्यांच्या वडिलांनी त्यांना लहानपणापासून डायरी लिहिण्याची सवय लावली होती. एक डायरी उघडून तिचे पान त्यांनी माझ्यापुढे केले. ते वाचताच उलगडा झाला सारा. मोहाचे प्रसंग कुणाच्या आयुष्यात येत नाहीत? पण त्यांनी माझ्यावरील प्रेमामुळे टाळले होते ते! त्या पानावर त्यांनी लिहिले होते- “मनुष्याचे मन कसे पतंगासारखे आहे. हजारो मैलांवरून सुधेचे प्रेमसूत्र मला सांभाळीत आहे म्हणून बरे. नाहीतर इथल्या विलक्षण

वाऱ्यात ही वावडी कुठे वाहवत गेली असती कुणाला ठाऊक!''

वाङ्मयाचा प्रोफेसर होऊ इच्छिणाऱ्या पण वडिलांचा कारखाना पुढे चालविण्याकरिता धंद्यात शिरलेल्या मनुष्यात काव्य कसे लपून बसलेले असते याचा प्रत्यय त्या लिहिण्यावरून मला आला. खडकातले पाणी फार खोल असते; पण ते तितकेच गोड असत नाही का?

कपाटातल्या डायऱ्या मला दाखवून ते म्हणाले, ''हव्या तेव्हा पाहात जा माझ्या डायऱ्या. डायरीचे इतर उपयोग काय असतील ते असोत! पण बायकोच्या मत्सरावर रामबाण औषध आहे ते!''

आता त्या दिवसाची आठवण होऊन मला वाटले- स्वारी काही तरी गमतीचे उत्तर देणार. पण मागे वळून क्षणभर त्यांनी माझ्याकडे पाहिले आणि खिडकीतून पुन्हा ते बाहेर पाहू लागले.

मी जवळ जाऊन म्हटले, ''काय पाहणं चाललंय एवढं?''

''अंधार!''

''अंधारात शिकार कशी करायची ह्याचा विचार चाललाय वाटतं?'' काहीतरी बोलायचे म्हणून मी बोलून गेले खरी! पण लगेच दशरथ राजाची गोष्ट आठवली मला. अंधारात हत्तीवर म्हणून त्याने बाण सोडला. पण आंधळ्या आईबापांचा एकुलता एक आधार नाहीसा करण्याचे पाप लागले त्याला. च-च- काय भलतेच बोलून गेले मी!

तिकडले मन कशाने तरी विलक्षण खिन्न झाले आहे हे माझ्या लक्षात आले. मी टेबलाकडे वळले. आजची डायरी अर्धवट लिहून तशीच ठेवली होती तिथे.

''मजुरीत साडेबारा टक्के कपात केल्याशिवाय गत्यंतरच नाही. बाबांनी कारखाना काढला तेव्हा धंद्यातली स्पर्धा आणि सरकारी धोरण यांच्या कात्रीत त्याचे तुकडे तुकडे होतील अशी कल्पनाही शिवली नसेल त्यांना. पण आजचा अनुभव? स्वतःचा खर्च कमी करण्याकरिता सुधेची स्वतंत्र मोटार होती ती काढून टाकली, माझे शिकारीचे लांब-लांबचे कार्यक्रम रद्द केले. मजुरांची गरिबी कुणाला कळत नाही? पण करायचे काय? आज संध्याकाळी कपातीच्या नोटिशीवर सही केली. मात्र सही करताना पाणीदार डोळ्यांनी आपल्याकडे रोखून पाहणाऱ्या एखाद्या हरिणावर गोळी घालावी तसे वाटले मला. या गोष्टीचे दुःख करण्यात काय अर्थ आहे म्हणा? एका दृष्टीने सारे जग शिकारीचे आहे की! आणि वर्षापूर्वी त्या मोहक हरिणीला मी मारले नसते तर सुधेचे इतके आवडते झालेले ते सुंदर कातडे मला कधी तरी मिळाले असते का?''

इथेच मजकूर संपला होता. तो वाचून होताच मी माझ्या आवडत्या खुर्चीकडे पाहिले. नकळत माझ्या पापण्यांच्या कडा ओलसर झाल्या. खुर्चीवरील ते सुंदर

कातडे- जणू काही ती हरिणी सजीव होऊन माझा उपहास करीत आहे असा भास मला झाला.

●

दुसऱ्या दिवशी ते कारवारकडल्या कुठल्याशा जंगलात शिकारीकरिता निघून गेले. कपातीमुळे कारखान्यात होणाऱ्या हाकाटीची मला चांगलीच कल्पना होती. अशा वेळी त्यांनी जागेवर नसणेच बरे हे मलाही पटले. शिवाय जाताना ते म्हणाले होते तेही काही खोटे नव्हते. "मन कठोर करायला शिकारीसारखं साधन नाही दुसरं."

ते गेल्यानंतर रात्री अंथरुणावर पडल्या पडल्या त्यांचे हे वाक्य वारंवार आठवे. वाटे, कठोरपणाखेरीज जगताच येऊ नये असे का हे जग आहे? त्यांचा तरी काय दोष होता? वडिलांनी देशी धंदा म्हणून कारखाना काढला. तो चालावा म्हणून आपली आवड बाजूला सारून तिकडून एक प्रकारचा त्यागच केला. कारखान्याला मंदी जाणवू लागताच स्वतःच्या घरचा खर्चसुद्धा कमी करणे झाले. एवढ्यानेही भागेना. मग मजुरांचा पगार कापायचा नाही तर करावयाचे तरी काय?

अशा वेळी अर्धवट गुंगीत काहीतरी विचित्र स्वप्ने दिसत आणि मी घाबरून जागी होई. एकदा तर कारखान्यातून हरिणांचे कळपच्या कळप बाहेर धावत येताना दिसले मला! आणि त्यांच्या मागे बंदूक घेऊन लागलेली तिकडची स्वारी- अगदी घामाघूम होऊनच जागी झाले मी. स्वतःच्या मनासारखे वैरी नाही कुणी! वाटायला लागले— शिकारीला गेले आहेत तिकडे काही अपघात झाला तर? शेकडो मजुरांचा तळतळाट आपणाला बाधल्याशिवाय राहील का? मी शिकलीसवरलेली होते, नवसांवर माझा विश्वास नव्हता, आमच्या घरात देवही नव्हते. पण जिला शरण जाता येईल अशी शक्ती जगात असती तर फार बरे झाले असते असे त्या वेळी माझ्या मनात आल्यावाचून राहिले नाही. "सारे जग शिकारीच आहे" हे त्यांचे वाक्यही असेच राहून राहून मनात येई. जगात शेराला सव्वाशेर असत नाही का? तसा शिकाऱ्याची शिकार करणारा कुणी तरी असणारच! ही कल्पना मनात येताच अंगावर काटा उभा राही. पाखरासारखे पंख असते तर भुर्रकन ते असतील तिथे गेले असते आणि त्यांच्या हातातील बंदूक फेकून देऊन त्यांना घरी घेऊन आले असते. पण दररोज जीवाला सांभाळून राहण्याविषयी पत्र पाठविण्यापलीकडे मी काहीच करू शकले नाही.

●

आठ दिवस माझा जीव सारखा धाकधुक करीत होता. त्यामुळे दारात स्वारीची हसरी मुद्रा पाहताच विलक्षण आनंद झाला मला. नेहमीची पद्धत म्हणजे आल्याबरोबर शिकारीच्या साग्रसंगीत वर्णनाला सुरुवात व्हायची. पण आजचा नूर काही निराळाच

होता. चहा घ्यायच्या आतच स्वारी टेबलापाशी बसली. मी जाऊन पाहते तो काही तरी लिहिणे चाललेले.

"शिकारीचं वर्णन येणार आहे वाटतं एखाद्या मासिकात?"

"हो."

"कुठल्या?"

"कारखान्याच्या."

खुर्चीवरून उठत त्यांनी नुकतीच लिहिलेली नोटीस माझ्या हातात दिली. मजुरांच्या पगारातली कपात रद्द केली होती त्यांनी.

चमत्काराच्या समुद्रात मी बुडून गेले अगदी. कपातीची नोटीस काढण्यापूर्वी त्यांनी किती चालढकल आणि किती विचार केला होता हे काय मला ठाऊक नव्हते? मग शिकारीहून परत येताच ती नोटीस रद्द करण्याचे कारण काय? मध्यंतरी कारखान्यातले मजूर त्यांना भेटणार तरी कुठून आणि त्या जंगलात मध्यस्थी करायला जाणार तरी कोण?

चहा घेताना मी हळूच म्हटले, "चमत्काराचं युग आहे हल्लीचं!"

"हो. कालच वाचलं कुठं तरी. साधूची सुसर झाली म्हणे!" मोठ्या आनंदाने हसत त्यांनी उत्तर दिले.

"इश्श!"

"नाही पटत? बरं, जग पाच वर्षं मागं गेलं आहे हे तरी आहे का कबूल?"

"कशावरून?"

"तूच सांगते आहेस!"

"मी?"

"हो. तू आज कशी दिसते आहेस सांगू? लग्न झाल्यावर आपण या बंगल्यात ज्या दिवशी आलो-"

मी त्यांच्याकडे पाहिले. आनंदाने मनुष्य तरुण होतो हेच खरे. त्यांच्या चेहऱ्यावरील काळजीच्या रेषा नाहीशा झाल्यामुळे तेसुद्धा नेहमीपेक्षा लहान दिसत होते. कसला तरी आनंद त्यांच्या रोमारोमात नाचत होता. या आनंदी डोळ्यांनी ते माझ्याकडे पाहात होते यात शंका नाही.

चहा होताच ते लगबगीने कारखान्याकडे गेले. माझी जिज्ञासा अगदी उतू जाऊ लागली. मी प्रवासाच्या सामानातून त्यांची डायरी शोधून काढली आणि मधल्या आठ दिवसांची हकीगत वाचू लागले.

पहिल्या चार दिवसांचे वर्णन नेहमीप्रमाणेच होते. पण पाचव्या दिवसाची हकीगत वाचताना मात्र माझ्या अंगावर शहारे आले.

"आज निराळ्या पद्धतीची शिकार करायचे आम्ही दोघांनी ठरविले. संध्याकाळी

जंगलात जाऊन तेथील खोल खड्ड्यात बसायचे आणि रात्री काय काय सावजे मिळतात ती पाहायची. झाडावरून अगर सुरक्षित जागेवरून कुणीही शिकारी करील. पण जंगली जनावराशी समोरासमोर सामना देण्यातच खरे धाडस आहे.''

''मनुष्यप्राणी स्वभावत: साहसी आहे हे खरे; पण त्याच्या साहसी वृत्तीला सृष्टी मर्यादा घालते. तसे पाहिले तर आम्ही दोघे होतो. पण त्या खड्ड्यात जाऊन बसल्यावर बाहेर पसरलेला अफाट अंधार जणू काही आमच्या हृदयावरही अंमल गाजवू लागला. कशाला या फंदात पडलो असे झाले. दहा साडेदहा वाजल्यानंतर जनावरांचे चित्रविचित्र संमिश्र आवाज ऐकू येऊ लागले. मधूनच उठून बॅटरीच्या प्रकाशात दूरवर काही दिसते का पाहावे, पुन्हा बॅटरी बंद करावी असे चालले होते. आमचे घरात बसून आकाशातील नक्षत्रांकडे पाहताना मोठी मौज वाटते. पण त्या खड्ड्यातून दिसणाऱ्या दोनच चांदण्या! त्यांच्याकडे पाहताना काळपुरुष आपल्याकडे डोळे मिचकावून पाहात आहे असा विचार माझ्या मनात आल्यावाचून राहिला नाही. आमच्या हातात बंदुका होत्या खऱ्या; पण गर्द अरण्य, गाढ अंधार आणि भयंकर जनावर या निसर्गाच्या शस्त्रापुढे त्या लुळ्याच पडल्या असत्या. मुकाट्याने आम्ही खड्ड्याबाहेर आलो आणि बॅटरीच्या प्रकाशात सावधपणे चालू लागलो. पदोपदी कुठून तरी हिंस्र श्वापद येईल असे वाटे. मृत्यूच्या त्या राज्यातून दीड दोन मैल आम्हाला जायचे होते. पाच हजार रुपयांच्या आशेनेसुद्धा अशा अपरात्री गरीब मनुष्य जेथे जाणार नाही तिथे केवळ धाडस म्हणून आम्ही शिरलो होतो. मूर्खपणा पुष्कळदा वेषांतर करून धाडसाचे रूप घेतो हे काही खोटे नाही.''

''आम्ही निम्मे अंतर चालून गेलो असू नसू. एकदम पानांचा सळसळ असा मोठा आवाज झाला. घाबरून जवळच्या एका मोठ्या झाडाकडे आम्ही दोघेही धावलो. झाडाच्या बुंध्याशी उभे राहून बॅटरीचा प्रकाश पाडला. तशा स्थितीतही आमच्या धैर्याचे आम्हाला हसू आल्यावाचून राहिले नाही. डोक्यावर लाकडाचा एक मोठा भारा असलेली बाई होती ती. प्रकाश दिसताच तीही घाईने पुढे आली. एक विटके अर्धेच लुगडे कसेबसे ती नेसली होती. आम्ही विचारायच्या आतच तिने आपली हकीगत सांगितली. दररोज जंगलातून मोळ्या नेऊन विकणे हा तिचा पोटाचा धंदा. नवरा मरून गेलेला. पदरात कच्चीबच्ची. तान्हे मूल आजारी असल्यामुळे दररोजची मिळकत तर मुळीच पुरत नव्हती. म्हणून संध्याकाळी अधिक लाकडे गोळा करण्याच्या नादाला ती लागली. अंधार पडला. त्यातच एका जनावराची चाहूल लागली. घाबरून वाट चुकून फिरफिर फिरली. घरी मुले भिऊन गेली असतील म्हणून जीव मुठीत घेऊन चालली होती. आता लाकडाची मोळी जंगलात टाकून जाणे शक्यच नव्हते तिला. मोळी नाही तर उद्या पेजेला तांदूळ नाहीत.''

"तिची हकीगत ऐकत असताना माझ्या हृदयाचे पाणी झाले. हातात बंदुका असलेले आम्ही शिकारीसुद्धा जिथे सुखासुखी जाणार नाही तिथे दररोज जीवावर उदार होऊन ती येत होती. गरिबी-पोट-पोटचे गोळे-''

"कारखान्यातील मजुरांची कपात एकदम माझ्या डोळ्यांपुढे उभी राहिली. माझ्या मजुरांत आणि त्या बाईत काय अंतर होते?''

"जगात प्रत्येकजण शिकारी आहे असे मी थट्टेने नेहमी म्हणत असे. आज त्या बोलण्याचा खरेपणा विलक्षण रीतीने पटला मला! आमच्याऐवजी त्या बाईनेच शिकार केली यात संशय नाही. माझ्या मनातला स्वार्थी, हिंस्र भाग तिच्या साध्या शब्दांनी एका क्षणात निर्जीव होऊन गेला.''

(१९६६)

∎

जुना कोट

देशावरल्या मनुष्याला कोकणात गेल्याबरोबर अगदी नव्या सृष्टीत प्रवेश केल्याचा भास होतो. कुणी म्हणेल, दिवाळसणाकरिता सासुरवाडीला जाणाऱ्या जावयास तसे वाटायचेच. त्यातून गरिबीतून वर आलेल्या गृहस्थाच्या लाडक्या लेकीचा दिवाळसण. मग जावईबापू कुरकूर कशाला करतील?

अशा वेळी मनात मधुर हुरहूर असते हे काही खोटे नाही. चांगल्या रंगत चाललेल्या नाटकात अंकाचा पडदा पडला म्हणजे उतावळ्या प्रेक्षकाचा विरस होत नाही का? लग्नाच्या पहिल्या वर्षी बायको माहेरी जाते तेव्हा प्रत्येक पतिराजाची अशीच स्थिती होत असली पाहिजे. पण विरहाचा पडदा दिवाळसणाने दूर होणार होता यामुळे कोकणची सृष्टी मला नावीन्याने नटलेली दिसली असे मात्र म्हणता येणार नाही. हिरव्यागार गोष्टींचा तारुण्याशी काही तरी गूढ निकट संबंध नि:संशय आहे. त्यामुळे सासुरवाडीच्या सोप्यावरून दिसणारे समोरचे हिरवे माड, भोवतालच्या हिरव्यागार केळी, अंगणातील किंचित काळसर हिरव्या अशा उंच उंच तुळशी यांच्याकडे सहज नजर गेली तरी मनात येई- देशावरला प्रदेश निर्माण केल्यानंतर फार उशिरा देवाने कोकण घडविले असावे. जुन्या घरातून नव्या बंगल्यात राहायला जावे, अगर जुना कोट बोहाऱ्याला देण्याकरिता आईच्या अंगावर टाकून नवा अंगात घालावा अशा वेळी मन त्या नावीन्याने क्षणभर हुरळून जातेच की नाही? कोकणातल्या सृष्टीने मी असाच मुग्ध होऊन गेलो. नरकचतुर्दशीच्या दिवशी पहाटे सोप्यावर लावलेल्या पणत्यांनी अंगणातला अंधार उजळून टाकला तेव्हाची शोभा काही विलक्षणच होती. भोवतालच्या भंडाऱ्यांच्या घरातून 'गोविंदा, गोविंदा' म्हणून जो कल्लोळ ऐकू येत होता तोही मला मोठा मौजेचा वाटला.

नरकचतुर्दशीला तिकडे चावदिवस म्हणतात. दूधपोहे, दहीपोहे, गूळपोहे या सर्व तऱ्हांचे पोहे चावण्याचे काम शेजारीपाजारी जाऊन या दिवशी करावे लागते. घरचे सर्व मंगल संस्कार झाल्यावर सासऱ्यांबरोबर बाहेर जाणे प्राप्तच होते मला. मी नखशिखान्त नव्या कपड्यांनी नटून माझ्या खोलीबाहेर आलो. पाहतो तो ते एक फार जुनापुराणा दिसणारा कोट अंगात घालून उभे! मी स्वस्थ राहिलो. म्हटले, त्यांना कोटबिट बदलायचा असेल अजून. पण त्यांनी 'झालं ना?' म्हणून विचारताच

'हो' हे उत्तर माझ्या तोंडातून निघूनही गेले.

त्या दिवशी निरनिराळ्या घरी मी खाल्लेल्या पोह्यांत चांगले वाईट कोणते होते हे घरी आल्यावर बायकोने फिरफिरून विचारले तरी मला सांगता येईना. एके ठिकाणी तर खडा चावल्यानंतर माझे लक्ष गेले होते तिकडे. मी एकच विचार करीत होतो- आज सणावारी माझ्या सासऱ्यांनी महायुद्धापूर्वीचा हा कोट का घातला आहे? चिक्कूपणा? छे! त्यांचा दुसरा चांगला कोट मी पाहिला होता. शिवाय लग्नात आणि आता दिवाळसणात हाताची मूठ घट्ट धरण्याचा हा त्यांचा स्वभाव नाही हा प्रत्यक्ष अनुभव आला होता मला. माझ्या बायकोच्या लहानपणी ते एका व्यापाऱ्याच्या पेढीवर साधे कारकून होते खरे. पण त्यांचा थोरला मुलगा वकील झाल्यावर लक्ष्मीची कृपादृष्टी त्यांच्या घरावर एकदम वळली होती. मग हा कोट? विक्षिप्तपणा म्हणावे तर एकही उदाहरण आठवेना तसले. इथून तिथून गोडवा आणि समंजसपणा भरला होता त्यांच्या स्वभावात.

सारी दुपार मी त्यांच्या त्या जुन्या कोटाचा विचार करीत होतो. माझ्या मनात आले— ऐतिहासिक कादंबऱ्यांतली भुयारे आणि सामाजिक गोष्टींतली प्रणयरहस्ये सर्वस्वी खोटी नसावीत. कोकणातील एका खेड्यात उभे आयुष्य काढणाऱ्या कारकुनाच्या चरित्रातही जुन्या कोटाचे गौप्य असतेच की! मात्र या कल्पनेचे माझे मलाच हसू आले. बायकोला विचारावे तर एखादे वेळी रागही यायचा तिला! नवऱ्याने आपल्या नव्या जरीच्या लुगड्याऐवजी आपल्या बापाच्या जुन्या कोटाकडे लक्ष दिल्याबद्दल अरसिकांतही गणना करायची ती माझी! म्हटले, असेल काही तरी कुळाचार! कोकणात असल्या गोष्टींचे फार बंड असते असे अनेकदा ऐकले होते मी.

संध्याकाळ झाली होती तरी आम्ही समुद्रावर फिरायला गेलो. मऊ वाळूतून चालताना होणाऱ्या गुदगुल्या, ओहोटीमुळे आत गेलेल्या समुद्राची किंचित उदास दिसणारी शोभा, पश्चिमेकडे साजरी होणारी मनोहर रंगपंचमी- विविध रंगांनी रंगलेले ते ढग पाहून मला सुंदर कपड्यांनी भरलेल्या वस्त्रभांडाराची आठवण झाली. आणि लगेच, का कोण जाणे, माझी नजर माझ्या सासऱ्याच्या जुन्या कोटाकडे वळली. त्यांच्याही ते लक्षात आले असावे.

"मुळीच संकोच करू नका हं इथं" ते प्रमाने म्हणाले.

मी नुसता हसलो. क्षणभर थांबून एकदम धीर केला आणि म्हटले, "एक गोष्ट विचारू का तुम्हाला?"

"दिवाळसणाला हवं ते मागण्याचा हक्कच आहे की जावयाचा."

मी त्यांच्या कोटाकडे निरखून पाहात आहे हे त्यांनी ओळखले. ते अगदी मोकळपणाने हसले.

"ह्या कोटाची कथा म्हणता? अगदी साधी आहे ती!"

"पण"— ह्या एका शब्दाच्या उच्चाराने माझी उत्सुकता त्यांना पूर्णपणे कळली. ओहोटीमुळे रिकाम्या पडलेल्या वाळवंटाच्या भागाकडे त्यांनी क्षणभर टक लावून पाहिले. नंतर माझ्याकडे वळून ते बोलू लागले. "पंचवीस वर्षांपूर्वीचा कोट आहे हा. पाच वर्षे एकसारखा वापरून टाकून द्यायला निघालो होतो तो मी! निघालो होतो काय? देऊन टाकलाच होता म्हणाना. पण- मनी झाली त्या वर्षांची ही गोष्ट. पायगुणाची पोरगी आहे मोठी!"

मला मनातल्या मनात हसू आवरेना. माझी पत्नी मोठ्या पायगुणाची कशावरून? तर टाकून द्यायच्या लायकीचा कोट तिचे वडील भर दिवाळीत घालू लागले म्हणून. वा:! तिचा असला पायगुण माझ्या आयुष्यात न दिसेल तर बरे.

पुन्हा समोरील भयाण सुकतीकडे पाहात ते म्हणाले, "मनीच्या जन्मापूर्वीच्या आमच्या गरिबीची कल्पना येणार नाही तुम्हाला. तुम्हाला कशाला? आता स्वप्नात ते दिवस आठवले तरी मन कसे गुदमरून जाते माझे. हा समुद्र आटला तर समोरचा देखावा पाहायला क्षणभर तरी बसाल का तुम्ही इथं?" अनुभवाची तीव्रता मनुष्याला कवी करू शकते हे त्या एका वाक्यावरून दिसत होते.

"आमचा संसारही तसाच होता वीस वर्षांपूर्वी. दुकानावरली तीस रुपयांची नोकरी. नाही म्हटले तरी पाचसहा माणसे मध्यान्हकाळी पानावर बसायची. थोरला मुलगा खूप हुषार. इंग्रजी सातवीत गेला होता तो. एकीकडे त्याचा खर्च, दुसरीकडे घरात दिवस गेलेले. डोहाळेही मोठे खडतर होते मनीच्या वेळेचे. मदतीला माणूस ठेवायचे कशाच्या बळावर? एके दिवशी तिची द्राक्षावर इच्छा गेली. बेळगावहून ती आणणे माझ्या दृष्टीने कठीणच होते. पण बायकोला एवढेही सुख देता येऊ नये याचे फार वैषम्य वाटले मला. पुढे द्राक्षे खाताना दरवेळी ती आदरून म्हणे 'यापेक्षा नवा कोट स्वत:ला केला असता तर!"

त्यांच्याकडे मला पाहवेना. जगात दारिद्र्य किती भयंकर थैमान घालते याचा अनुभव माझ्यासारख्या सुखवस्तू मनुष्याला कुठून येणार? ज्वालामुखीच्या पोटातील कढ हिमालयाला कधीच कळावयाचे नाहीत.

आवंढा गिळून ते पुढे सांगू लागले, "त्या वेळी दिवाळी जवळ आली होती अगदी. दुकानाचा जमाखर्च बहुतेक पुरा झाला होता. मालकांनी तिजोरीतली शिल्लक मोजली. सारे काही बरोबर जमले. मध्यंतरी पाचशे रुपयांची एक रक्कम अनामत येऊन पडली होती. पण तिची आठवणच नव्हती त्यांना. एका बाईची भानगड होती ती. तसला हिशेब जमाखर्चाला कधीच लागत नसतो. त्या नोटा परत करायच्या म्हणून वरच्या कपाटातील कप्प्यातील जुन्या कागदपत्रांच्या रुमालात मालकांनी ठेवल्या होत्या. त्या ठेवल्या त्याच्या दुसऱ्याच दिवशी ते विषमाने

आजारी पडले. तीन-चार महिने तरी ते दुकानावर आले नाहीत. दुसरे दोन भाऊ सर्व व्यवहार पाहात. त्यांची व्यसनेही काही कमी नव्हती. एकदोनदा तिजोरीतील पैसेही उचलले होते त्यांनी. त्यामुळे पुढे मागे पैशाची मालकांना आठवण झाली तरी प्रकरण माझ्या अंगावर शेकण्याचा संभव नव्हता. जवळ जवळ पंधरा वर्षे मी दुकानावर होतो. कधी नारळाच्या बोंड्याला हात लावला नव्हता त्यांच्या! त्यामुळे माझा संशय येण्याचा संभवच नव्हता. ते पाचशे रुपये परस्पर उचलण्याचा मोह अगदी अनिवार झाला मला.''

मी त्यांच्याकडे पाहिले. त्यांनी आपली दृष्टी दुसरीकडे वळविली होती. संध्यारंग नाहीसे होऊन काळसर छाया पाण्यावर नाचू लागल्या होत्या. ''कुणी काही म्हणो, ज्याला उभ्या आयुष्यात कधीही कसलाही मोह पडला नाही असा मनुष्य जगात असेल की काय याची मला शंकाच वाटते. खुद्द माझे मालक तांदळाच्या गोणामागे रुपया दोन रुपये गरिबांकडून उकळून गबर होते असलेले मला दिसत होते. मराठी शाळा तपासायला येणारे अधिकारी दरिद्री मास्तरांकडून काथ्यापासून काजूपर्यंत जिन्नस नेत हे मी डोळ्यांनी पाहात होतो. जत्रांतल्या जुगारात पैसे मिळवून बांधलेली दुमजली घरे माझ्या डोळ्यांपुढे उभी होती. माझ्या बायकोच्या अंगावर फुटका मणी नव्हता. पण गावच्या कुळकर्ण्याने महिना दहा रुपये पगाराच्या आधारावर आपल्या बायकोला सोन्याने मढवून काढिली होती. माझे मन म्हणू लागले- ही सारी लहानमोठी पापे जगाला चालतात. या पापी लोकांचा सगळीकडे उदोउदोही होतो. मग ही सोन्यासारखी संधी आली असताना तू जर तुकारामाचा आव आणशील तर तुझ्यासारखा करंटा तूच. कुटुंबाच्या सत्यानाशाचे खापर तुझ्याच डोक्यावर फुटेल. एका कोटाची काय कथा? तुला बायकोचे कष्ट कमी करता येतील. तुझा मुलगा हुषार आहे. त्याला कॉलेजात जायला पहिल्यांदा मदत हवी— ती मिळेल. मुलगा शिकून सवरून चांगला मिळविता झाला की कुटुंबाचे पांग फिटतील. जग सावांचे नाही, चोरांचे आहे! मात्र चोराने असे चालले पाहिजे की आपल्या पावलांचा पुसट मागसुद्धा मागे राहू नये.''

ते बोलत होते ते अक्षरश: सत्य होते. पण किती कटू! प्रत्येक पिढीबरोबर सत्यावर बसलेली कटुपणाची पुटे कमी होण्याऐवजी वाढतच आहेत!

''संध्याकाळी त्या नोटा घरी न्यायच्या असा निश्चय करूनच त्या दिवशी दुपारी मी दुकानातून निघालो. कोटाच्या खिशात हात घालून पाहिले. महिन्याचे पाच दिवस जायचे होते. पगारापैकी फक्त एक रुपया सात आणे शिल्लक होते. मी विचार केला— उद्या आपल्या हातात पाचशे रुपये यायचे आहेत. मग आज हात थोडा सैल सोडायला काय हरकत आहे? कशी छान मासळी आली होती त्या दिवशी बाजारात. एकदम चार आण्यांची घेतली मी. पिकी केळी, दोन भाज्या, सात

आण्यांत जीवाची मुंबई करून टाकली घटकेत. फक्त एक रुपया खिशात शिल्लक ठेवून मी घरी आलो.''

''माझ्या हातातील बाजार पाहून बायको चकित झाली. तिला वाटले कुणीतरी बडा पाहुणा येणार आहे आज आपल्याकडे. पाहुणा बिहुणा कुणी नाही म्हणून सांगताच तर तिचे आश्चर्य अधिकच वाढले. आपल्या नवऱ्याला वेडबिड तर लागले नाही ना अशी शंकासुद्धा आली असेल तिच्या मनात. पण मी त्या पाचशे रुपयांच्या धुंदीत होतो. विमानात बसण्याचा योग आला नाही अजून मला. पण उंच गेल्यावर जमिनीवरल्या साऱ्या वस्तू अगदी मुलांच्या खेळण्यासारख्या दिसत असतील तिथून! कुठल्याही धुंदीत इतर सर्व व्यवहार असेच क्षुद्र वाटतात मनुष्याला.''

चांगलाच काळोख पडला होता. पश्चिम दिशा पूर्णपणे काळवंडून गेली होती. काळ्याकुट्ट दिसणाऱ्या समुद्राच्या लाटांच्या आवाजातही एक प्रकारची भीषणता भासत होती. माझे प्रेमळ सासरे माझ्याशी बोलत नसून कुणा तरी कठोर अनोळखी मनुष्याच्या तोंडून मी ऐकत असलेले शब्द येत आहेत अशी विचित्र कल्पना माझ्या मनात येऊन गेली.

पुढ्यातल्या वाळूशी हाताने चाळा करीत ते म्हणाले, ''मी जेवून उठतो न् उठतो तोच एक गरीब मुलगा दत्त म्हणून माझ्या दारात आला. आठवड्यातून एक वार पाहिजे होता त्याला. माझे मन कळवळले. पण दुसऱ्याकरिता चार पैसे तरी खर्च करण्याची शक्ती मला कुठे होती? एकदा वाटले पाचशे रुपयांचे पाप पचवायचे आहे आपल्याला. असे एखादे पुण्य गाठी असले तर उपयोग होईल त्याचा. पण हा विचार आला तसा गेला. स्वत:ची मुलेसुद्धा एखादे वेळी जिथे जड वाटू लागत, तिथे—''

''माझा नकार कानावर पडताच तो गयावया करून म्हणाला, 'एखादा कोट तरी द्या जुना.' मी विचार केला— आता कोटांना का तोटा आहे आपल्याला? द्यावा तो जुना त्याच्या अंगावर फेकून. लगेच कोट त्याच्या अंगावर टाकून जड जेवणाने आलेली सुस्ती घालविण्याकरिता मी आडवा झालो. घटकाभर डोळा लागला असेल नसेल. एकदम झोपेत वाटले मालकाचे धाकटे भाऊ कपाट उघडून पाहात आहेत. त्या दप्तरातील नोटांचे पाकीट त्यांना दिसायला काय वेळ? पुऱ्या झालेल्या हिशेबात ही रक्कम नाही हे स्वारीच्या लक्षात यायला उशीर लागणार नाही. पूर्वी प्रत्यक्ष तिजोरीतल्या रकमा जिथे गृहस्थाने बेशक उचलल्या होत्या—''

''स्वत: पकडलेला उंदीर एक मांजर दुसऱ्याला कधी तरी देईल का?''

''मी ताडकन उठलो आणि पैरण घालू लागलो.'' बायको म्हणाली, 'ऊन थोडं खाली होऊ दे की—'

''मी उत्तर दिले, 'दिवाळी जवळ आली आहे ना? हिशेबाच्या कटकटीतून

मोकळं व्हायला हवं एकदा.' ती बिचारी काय बोलणार? संध्याकाळी बाजारातून येताना चहासाखर आणायला तिने सांगितले. चहासाखर आणायची. पण पैसे? शिल्लक असलेला अवघा एक रुपया त्या देऊन टाकलेल्या कोटातच होता. खिसे चांगले पाहून दिले होते मी. पण तो काही कुठे हाताला लागला नव्हता. लगेच आठवले- त्या कोटाचा उजवा खिसा फाटका आहे. तेव्हा तो रुपया त्यात कुठेतरी जाऊन बसला असेल. मनात आले- तो मुलगा थोडाच परत आणून देणार आहे तो रुपया! जगात लबाडी काही शिकवावी लागत नाही कुणाला! संध्याकाळी पाचशे रुपये जवळ असले तरी त्यातली नोट इथल्या बाजारात काही मोडून चालणार नाही. काही झाले तरी उधारी करायची नाही या माझ्या बाण्याला हरताळ लागण्याचा प्रसंग आला.''

''त्यामुळे असेल किंवा दिव्याखाली अंधार असतो त्याप्रमाणे मोहाच्या मागोमाग मन:स्ताप येतो त्यामुळे असेल, वाटेने जाताना माझे मन सुन्नच होते.''

''मी दुकानापासून जवळ जवळ हाकेच्या अंतरावर गेलो असेन. कुणी तरी मागून जोरजोराने ओरडत आहे असे मला वाटले. वळून पाहतो तो दुपारी ज्याला कोट दिला होता तो मुलगा धावत येत होता. मी जागच्या जागी थांबलो. तो येऊन धापा टाकीत उभा राहिला. त्याच्या कपाळावरून घामाच्या धारा निथळत होत्या. बिचारा इतका दमला होता की त्याच्या तोंडातून शब्दच फुटेना. पण डाव्या हातातील त्या जुन्या कोटाकडे बोट दाखवून त्याने घामाने ओलाचिंब झालेला रुपया माझ्या हातात ठेवला. त्या रुपयाच्या स्पर्शाने मला काय वाटले हे सांगणे अगदी अशक्य आहे. अर्धांगवायू झालेल्या शरीराच्या भागाची हालचाल विजेच्या उपायाने सुरू होते असे मी ऐकले होते. मोहाने निश्चेष्ट झालेल्या माझ्या मनावर त्या रुपयाचा तसाच परिणाम झाला.''

बोलता बोलता ते एकदम थांबले. डोळ्यांत उभे राहिलेले पाणी त्यांनी झर्रकन पुसून टाकले असाही भास झाला मला. मी समोर पाहिले. अंधार पडून पुष्कळ वेळ झाल्यामुळेच की काय, तो आता उजळल्यासारखा दिसत होता. समुद्राच्या लाटांच्या आवाजातली मधुर तालबद्धताही आताच प्रथम माझ्या ध्यानात आली. ते पुढे म्हणाले, ''भर उन्हातून धावत आलेल्या त्या मुलाला घेऊन मी दुकानावर गेलो. मालक तक्क्या उशाशी घेऊन लवंडले होते. त्यांनी आश्चर्याने विचारले, 'इतक्या उन्हाचेसे आलात?' मी काहीच उत्तर दिले नाही. 'हा मुलगा कुठला?' 'गरीब आहे बिचारा. वार हवाय त्याला एक.' मालक चटकन 'येऊ दे की आमच्याकडे' असे म्हणतील अशी आशा होती मला. पण ते डोळे मिटून स्वस्थ पडले. मी पेटीवरल्या किल्ल्या घेऊन ते जुने दप्तर काढले आणि त्या पाचशेच्या नोटा हातात घेऊन बाहेर आलो. ''हे पाचशे रुपये—''

"माझे शब्द ऐकताच मालकांनी डोळे उघडले. त्या रकमेची हकीगत ऐकताच त्यांनी माझ्याकडे विलक्षण नजरेने पाहिले. मनुष्य इतका प्रामाणिक असू शकतो अशी कल्पनाच नव्हती त्यांची. त्यांनी त्या मुलाला वार दिला, पुढे माझा मुलगा मॅट्रिकमध्ये वर आला तेव्हा त्याला कॉलेजात जायला मदतही केली. या कोटाने माझा अध:पात टाळला त्या दिवशी. त्यामुळे तो मला इतका आवडू लागला की सणावारीसुद्धा-बाकी गावातले लोक या कोटामुळेच कदरू म्हणतात मला."

हसत हसत ते उठले. मी टोपीवरली वाळू झाडीत उठलो आणि बॅटरीचा प्रकाश पाडला. समुद्राला भरती येऊ लागल्याची स्पष्ट चिन्हे दिसत होती. प्रसन्न मनाने मी वर पाहिले. अंधारात चमकणाऱ्या ध्रुवाचे तेज किती मोहक दिसले त्या वेळी!

(१९३६)

■

दोन चित्रे

त्या दोन चित्रांपैकी अधिक मोहक कोणते, हे अनेक रसिकांनासुद्धा सांगता येईना. मग सामान्य प्रेक्षकांची काय कथा? एक रंगेल तरुण तर ती दोन्ही चित्रे पाहून उद्‌गारला, "प्रियकरिणीच्या गालात डावं उजवं ठरवायचं तरी कसं बुवा?"

तसे पाहिले तर त्या चित्रात साम्यापेक्षा विरोधच अधिक होता. एकाचे नाव 'स्वप्न' तर दुसऱ्याचे 'जागृती'! 'स्वप्ना'त एक सतरा-अठरा वर्षांची सुंदर तरुणी दाखविली होती. झोपेत तिचा पदर बाजूला सरकल्याचे दृश्य चित्रकाराने रेखाटले होते. स्वप्नात भेटलेला प्रियकर पाहण्याकरिता ती डोळे उघडते, तो समोर कुणी नाही असे तिला दिसून येते. स्वप्नातील प्रियकराची अंधुक मूर्ती मोहक रीतीने चित्रित करण्यात जे कौशल्य चित्रकाराने व्यक्त केले होते तेच तिचा बाजूला पडलेला पदर यथार्थ रीतीने प्रतिबिंबित करण्यातही प्रगट होत होते.

'जागृती'मधील स्त्रीचा पदरही बाजूलाच झाला होता. पण ती वयाने थोडी प्रौढ सुमारे पंचवीस वर्षांची - असावी. तिचे सात-आठ महिन्याचे तान्हे मूल नुकतेच जागे होऊन आनंदाने आईचे दूध पीत होते. एका हाताने आईच्या पदराशी खेळत, मधून-मधून अर्ध्या उघड्या डोळ्यांनी तिच्याकडे लाडिकपणाने पाहात, त्या बाळ-जीवाचे स्तनपान चालले आहे असे ते दृश्य होते. बालकाची मूर्ती आणि त्याने बाजूला केलेल्या आईच्या पदराचे चित्रण या गोष्टी कलावंताच्या कौशल्याचे साक्षीदारच होते.

प्रदर्शनातील चित्रांना लहानमोठी अनेक बक्षिसे ठेवली होती. पण सुवर्णपदके अवघी दोनच होती. एक, ज्या आर्यधर्मभूषण सरदार इंगळ्यांच्या पुरस्काराने हे प्रदर्शन भरले होते त्यांचे व दुसरे लोकांच्या देणग्यांमधून ठेवलेले. प्रत्येक चित्रकाराने आपले नाव मोहरबंद पाकिटात घालून त्याच्यावर चित्राचे नाव लिहिले होते. त्यामुळे निकालात पक्षपात होण्याचा मुळीच संभव नव्हता. झिटापिशिअम बोल्शेव्हिझमपर्यंत सर्व विषयाचे ज्ञान वृद्ध सरदारसाहेबांना असल्यामुळे ते आपल्या पदकाकरिता कोणत्या चित्राची निवड करतात इकडे जसे लोकांचे लक्ष होते, त्याप्रमाणे लोकांची आवड आपल्याशी कितपत जुळते हे पाहायला इंगळेसाहेबही उत्सुक होते.

निकालाच्या दिवशी प्रेक्षकगण उपस्थित झाला. ज्यांनी प्रदर्शनात चित्रे ठेवली होती ते कलावंतही उत्सुकतेने आले. सरदारसाहेबांना अध्यक्षस्थान अलंकृत करण्याचा

जन्मसिद्ध हक्कच होता. त्याप्रमाणे त्यांनी चित्रकलेविषयी प्रास्ताविक भाषण केले. प्राचीनकाळी आपल्या देशात या कलेचा किती उत्कर्ष झाला होता, हे सांगताना त्यांनी संस्कृत कवींच्या रमणीच्या स्तनाग्रांवर नखांनी चित्रे काढण्याच्या कल्पनेचाही उल्लेख केला. तरुण श्रोत्यांनी टाळ्यांच्या कडकडाटात त्यांच्या या सूक्ष्म संशोधनाचे स्वागत केले.

नंतर सरदारसाहेबांनी आपला स्वत:चा निकाल जाहीर केला. त्यांच्या मते 'जागृती' हे चित्र उघड उघड उत्कृष्ट होते. स्वत:च्या सुवर्णपदकाप्रमाणे जनतेचे सुवर्णपदकही त्याच चित्राला मिळेल असे त्यांनी मोठ्या आत्मविश्वासाने सांगितले.

प्रदर्शनाच्या वेळी प्रेक्षकांची मते नोंदविण्याची व्यवस्था केली होती. त्या मतांची आता मोजणी झाली. लोकांच्या दृष्टीने 'स्वप्न' हे चित्र 'जागृती'पेक्षा सरस ठरले.

सर्वज्ञ सरदार इंगळे क्षणभर गडबडले. पण पानिपतावर धरातीर्थी पडलेल्या वीराचे ते वंशज होते. त्यांनी पदकदानाच्या समारंभाला एकदम सुरुवात केली. गीतेतला का गरुडपुराणातला एक संस्कृत श्लोक म्हणून व त्याचा अन्वय अर्थ सांगून ते बोलते झाले : "दोन्ही पदके एकाच चित्राला मिळाली असती तर दुधात साखर पडली असती. पण ती चहात पडावी अशी प्रभू रामरायाची इच्छा होती. ईश्वरी इच्छेपुढे कुणाचा इलाज आहे? बहुजनसमाज नेहमी चुकत असतो. असे एका पाश्चात्त्य लेखकाने म्हटले आहे. सेन नाव आहे त्याचे. गणनाथा सेन की— (श्रोत्यातून एक ओरडतो 'इब्सेन") — असेल, तेही असेल. पाश्चात्त्य लेखकांशी नावापुरतासुद्धा संबंध ठेवणे फार धोक्याचे आहे. एकजण सांगतो- वाटेल त्या बाईने वाटेल त्या बोवाचा हात धरून वाटेल ते करावे, तर दुसरा उपदेश करतो देवबिव सब झूट आहे. युरोपात पेशवाई असती तर असल्या लेखकांना हत्तीच्या पायी दिले असते. निदान त्यांची गाढवावरून धिंड तरी निघालीच असती. पण—"

सरदारसाहेबांबरोबर श्रोत्यांनीही सुस्कारा सोडला. भलत्याच रुळावर जाणारी त्यांच्या वक्तृत्वाची आगगाडी 'पण' पाशी एकदम थांबते असा श्रोत्यांचा आजपर्यंतचा अनुभव होता. आपल्या पांढऱ्या शुभ्र मिश्यांवरून हात फिरवीत सरदार गरजू लागले, "जागृती हे चित्र स्वप्नापेक्षा अधिक चांगले आहे हे एखादा आंधळाही सांगू शकेल. आपल्या देशाला आज कशाची जरूर आहे? स्वप्नांची? छे छे! स्वप्नातसुद्धा असे कुणी म्हणणार नाही. देशाला जागृती हवी आहे जागृती! आता स्वप्ने पुरे झाली. अलीकडे पाश्चात्त्य देशात स्वप्नांचे स्तोम फार माजत चालले आहे. लॉईड जॉर्ज की लॉईड हॅरोल्ड — (श्रोत्यातून पुन्हा आवाज 'फ्रॉइड') असेल कुणीही असेल या नवमतवाद्यांचे नाव घेणे हे सुद्धा पाप आहे मोठे."

हॅम्लेटच्या सर्व भूमिकांना आपल्या अभिनयाने लाजवीत सरदारसाहेब म्हणाले, "हे चित्र पाहा आणि हे चित्र पाहा. दोन्ही चित्रकारांच्या कलमांचे कौशल्य कुणीही

कबूल करील. पण एकाला आर्यहृदय आहे. दुसरा पाश्चात्त्याच्या जडवादाला बळी पडला आहे. जागृती हे आर्यसंस्कृतीचे मूर्तिमंत चित्र आहे. आई मुलाकरिता केवढा स्वार्थत्याग करते याचे हे दृश्य पाहून कोण सद्गदित होणार नाही? हे चित्र पाहताना मला सुद्धा लहान मूल व्हावेसे वाटले. आता 'स्वप्न' पाहा. यात त्याग आहे का काही? कलेच्या क्षेत्रात भलता सोवळेपणा मानणारा मनुष्य मी नाही. पण स्वप्न या चित्रातल्या बाईचा पदर चित्रकाराने जरा व्यवस्थित राहू दिला असता तर काय बिघडले असते? जागृतीमधील बाईचा पदर बाजूला झालेला आहे खरा; पण तो तिच्या चिमण्याने-छबकड्याने-छकुल्याने-हाताने धरून ओढल्यामुळे! स्वप्नामध्ये तसे काहीच नाही. पदर बाजूला व्हायला कार्यकारण भाव नको का? (हशा) आपणासारख्या सुज्ञांना यापेक्षा अधिक काय सांगायचे?''

''बहुजन समाजाची अभिरुची अजून सुसंस्कृत झाली नसल्यामुळे त्याच्याकडून स्वप्न या चित्राला पदक मिळाले आहे. ही मते अल्लड तरुणतरुणींचीच असावीत! तसा मी शृंगाराविरुद्ध आहे असे मुळीच नाही. माझी चार लग्ने झाली असून मला सतरा मुले, नऊ नातवंडे व तीन पणतवंडे आहेत, हे जगजाहीर आहे. पण शृंगार झाला तरी तो आर्यशृंगार हवा. ऋषिमुनींच्या या पुण्यभूमीला शोभणारा शृंगार हवा! वेडावाकडा पाश्चात्त्य शृंगार नको. आता वेळ फार झाला आहे. तेव्हा सर्व कलावंतांना आमचे आग्रहाचे सांगणे एवढेच आहे की, त्यांनी जागृती काढणाऱ्या चित्रकाराचे अनुकरण करावे. स्वप्न काढणाऱ्या चित्रकाराच्या पावलावर पाऊल टाकून समाजाला अधोगतीला नेऊ नका.''

भाषण आवडल्यामुळे की संपल्यामुळे कुणाला ठाऊक! पण टाळ्यांचा प्रचंड कडकडाट झाला. 'जागृती' चित्राचे पाकीट फोडून चित्रकाराचे नाव जाहीर करण्यात आले. यशस्वी चित्रकार पुढे आला. तिशी नुकतीच उलटलेली, गौरवर्ण, सडपातळ अंगलट, मुखावर मधुर स्मित. वृद्ध सरदारसाहेबांनाही त्यांना पाहून आनंद झाला. पदक घेऊन सर्वांना नमस्कार करताना त्या चित्रकाराचे डोळे लोकांना स्पष्ट दिसले. जगातले हरतऱ्हेच्या चंचल सौंदर्यांचे चटकन प्रतिबिंब घेणारे पाणी त्यांच्यात चमकत होते.

सरदारसाहेबांच्या हातून पदक घेण्याकरिता 'स्वप्न' काढणारा चित्रकार पुढे येईल की काय याची आता सर्वांनाच शंका वाटू लागली होती. पण या शंकेपेक्षाही त्या चित्रकाराचे नाव जाणण्याची इच्छा त्यांच्या मनात अधिक तीव्र झाली.

चिटणिसांनी पाकीट फोडून नाव पाहिले. त्यांच्या तोंडातून शब्दच उमटेना.

सरदारसाहेब त्यांच्याकडे पाहातच राहिले. पण चिटणिसांना काही केल्या वाचा फुटण्याचे लक्षण दिसेना. त्यांनी त्यांच्या हातातील कागद खसकन ओढून घेऊन पाहिला. चिटणिसांना झालेला रोग सांसर्गिक आहे हे प्रेक्षकांना कळून चुकले.

सरदारसाहेबही पुतळ्याप्रमाणे स्तब्ध बसले.

शेवटी प्रेक्षकांना कळले की 'स्वप्न' हे चित्रही पहिल्याच चित्रकाराचे आहे. त्यांना धक्का बसला; पण त्यात आनंदाचाच अंश अधिक होता.

सरदारसाहेबांनी होते नव्हते तेवढे प्रसंगावधान गोळा केले. पानिपतावरील आपल्या शूर पूर्वजांचे स्मरण करून त्यांनी त्या चित्रकाराला द्वंद्वयुद्धाचे आव्हान दिले.

"हे दुसरं चित्रही तुमचंच आहे?"

"हो!"

"फार पूर्वी-शाळेत असताना काढलं असेल हे!"

"छे! एकाच वेळी काढली दोन्ही. प्रदर्शनाची योजना जाहीर झाल्यावर."

"हे दुसरं चित्र एखाद्या इंग्रजी चित्रावरून घेतलं असेल बहुधा! नाही?"

चित्रकाराच्या चेहऱ्यावर तिरस्काराची छटा येऊन गेली.

"दोन्ही चित्रे आपल्याच समाजातली आहेत." तो शक्य तितक्या शांतपणाने म्हणाला.

"आपल्या समाजातली?"

"हो. तुमच्या आमच्या सर्वांच्या घरातली. या दोन्ही चित्रांतले अनुभव माझेच आहेत. आयुष्यातल्या उत्कट क्षणाचे सौंदर्य कलावंताच्या हृदयात नेहमी जागृत असते. पहिल्या चित्रातला सुखक्षण मी अलीकडे अनुभवला. स्वप्नातला सुखक्षण पाचसहा वर्षांपूर्वीचा आहे. एवढाच काय तो या दोन चित्रांत फरक!"

सरदारसाहेब मनातल्या मनात रामरक्षा म्हणू लागले.

दुसऱ्या दिवशी स्वप्न हे चित्र विकत घेण्याच्या इच्छेने चित्रकाराकडे काही रसिक गेले. ते आधीच विकले गेले होते. एका दृष्टीने या गोष्टीत आश्चर्य करण्यासारखे काहीच नव्हते. त्यांनी सहज हे विकत घेणाऱ्या कलाप्रेमी मनुष्याचे नाव विचारले. चित्रकार क्षणभर गोंधळून उत्तरला, "सरदार इंगळे." आर्यधर्मसंरक्षक ही एका शंकराचार्यांनी दिलेली पदवी त्यांच्या नावापूर्वी लावण्याचे भानच राहिले नाही त्याला.

असले चित्र नेहमी लोकांच्या दृष्टीला पडून आर्यसंस्कृतीला धोका येईल या भीतीनेच त्यांनी ते विकत घेतले असावे! बंगल्यातल्या दिवाणखान्यात तरी ते लावण्याची सोय कुठे होती? येणारे जाणारे लोक तिथेच नेहमी बसत. त्यांची आर्यसंस्कृती-

तो प्रश्न सोडून दिला तरी घरातली सतरा मुले, त्यांच्या दहाबारा बायका, नऊ नातवंडे आणि तीन पणतवंडे यांच्या दृष्टीला ते चित्र सहज पडेल असे लावण्याइतके सरदारसाहेब गाफील नव्हते. नाइलाजाने त्यांनी ते आपल्या रंगमहालातच टांगले.

(१९३६)

∎

सुंदर चित्र

खास अंकासाठी चित्राची मागणी आणि तीही सर्वांत श्रेष्ठ अशा मासिकाकडून. मग - ब्रम्हानंद निराळा थोडाच असतो? शेतकऱ्याच्या सुंदर मुलीला स्वत:च्या रूपाची जाणीव नसते असे नाही. पण- पण राजपुत्र मागणी घालायला आला की तिच्या अंत:करणात आश्चर्याच्या लहरी उसळत नाहीत का? त्या तरुण चित्रकाराची स्थिती अशीच झाली.

त्याच्या मन:श्चक्षूपुढे एक गगनचुंबी मंदिर उभे राहिले. 'या सुंदर मंदिराचा पाया आज आपल्याला भरावयाचा आहे. असं मोहक चित्र निघालं पाहिजे की-'

सकाळ संध्याकाळ तो समुद्रतीरावर जाऊन बसू लागला; वद्य अष्टमीचा ऐन मध्यरात्रीचा चंद्रोदय त्याने पाहिला; टेकडीवरून दिसणाऱ्या भोवतालच्या यक्षभूमीचे त्याने निरीक्षण केले; पण त्याचे मन कुठेच रमेना. भूक लागलेल्या तान्ह्या बाळाला ताई, काकी, मावशी यांनी कितीही कुरवाळले तरी त्याची किरकीर कशी थांबणार? त्याला आईनेच पदराखाली—

त्याच्या तृषित कलादृष्टीला त्याची माता दिसली. शेतातल्या पायवाटेने जात असताना त्याने सहज उजवीकडे पाहिले; पेरे नुकतेच पुरे झाले होते. हिरव्यागार मळ्याच्या एका मधल्या भागात कबुतरे डौलाने बसली होती. लांबून पाहणाऱ्याला मध्येच कुणीतरी पांढऱ्या शुभ्र फुलांच्या राशी करून ठेवल्याचा भास झाला असता. चित्रकाराची पावले हळूहळू त्या बाजूला वळली. कबूतरे मधून मधून माना मुरडून इकडे तिकडे पाहात होती, मधूनच चोचीने काही तरी टिपीत होती. हिरव्या गालीच्याच्या मध्यभागी चाललेल्या त्यांच्या नाजूक चाळ्यातील नृत्यकौशल्य पाहून चित्रकार मुग्ध झाला. उंच माडाची पार्श्वभूमी, नुकत्याच रुजलेल्या भाताचा कोमल हिरवा रंग, पांढरी शुभ्र कबुतरे-किती सुंदर दृश्य! अमेरिकेच्या किनाऱ्यावर पाऊल टाकताना कोलंबसला किती आनंद झाला असेल याची चित्रकाराला आता कल्पना आली.

आपण कवी नाही म्हणून त्याला वाईट वाटले. किती मनोहर दृश्य होते ते! निरभ्र आकाशात चमचम करणारा तारकापुंज, रमणीच्या पदरावर रुळणारी टपोऱ्या मोत्यांची माळ. कितीतरी सुंदर कल्पना त्या सुंदर कबुतरांना पाहून त्याला सुचल्या!

आपली चाहूल लागली की कबुतरे भुर्रकन उडून जातील म्हणून तो थोडासा दूरच उभा राहिला. 'हे दृश्य मला रेखाटता आले तर- किती नाजूक पाखरे! आणि त्यांच्या हालचाली तरी किती गोड! या सुंदर चित्रांची मोहिनी -' अपत्यहीन स्त्री गोजिरवाण्या मुलांकडे ज्या उत्कंठित दृष्टीने पाहते ती या वेळी त्याच्या रसिक नेत्रात दिसत होती.

'हू: हू: हू:' या कठोर उद्गारांनी त्याच्या कलासमाधीचा भंग झाला. कासटी नेसलेला एक काळा कुळकुळीत मनुष्य दुरूनच त्या कबुतरांना भिववीत चित्रकाराकडे येत होता. त्याचे कर्णकर्कश्य उद्गार ऐकून आपल्या समाधीचा भंग करणाऱ्या मनुष्याकडे एखाद्या कोपिष्ट ऋषीने पाहावे त्याचप्रमाणे चित्रकार त्या अडाणी मनुष्याकडे पाहू लागला. शेतकऱ्यासारखा दिसणारा तो मनुष्य जवळ येताच चित्रकार रागाने म्हणाला,

'अरे वेड्या—'

"मी येडो? आणि तू मात्र शाणो नाय मोटो!'' तो तिरसटपणाने म्हणाला.

"कशी छान बसली होती बिचारी पाखरं!''

"अगदी पोटोकरिताच बसलंली, नाय ती?''

"फोटो नाही पण चित्र काढणार होतो ना मी त्याचं?''

"तुमचा चितार झालंला. पण माझी पोरबाळा मरतली होती त्याचा?''

चित्रकार आश्चर्याने त्याच्याकडे पाहू लागला. कलेला जीवन देणाऱ्या कबुतरांचा आणि या अडाणी मनुष्याच्या पोराबाळांच्या मरणाचा काय संबंध?

"खूळ लागलंय तुला—'' तो उपहासाने शेतकऱ्याला म्हणाला.

"माका नाय, तुमकाच! इतके येळ मेरेर उभे व्हतास आणि एक पाखरू हाबडुचा झाला नाय तुमच्या हातानं? कालच पेरलंय हो कुणगो! बीच जर खाल्ला कबुतरांनी तर उपाशीच मरतीत ना माझी पोराटोरा?''

●

खास अंकात चित्रकाराचे त्याच सुंदर स्थलाचे चित्र प्रसिद्ध झाले. ते सर्वांना आवडलेही. त्यातील कबुतरे मात्र डौलाने शेतात बसली नसून भिऊन भुर्रकन आकाशात उडत होती.

(१९३२) ■

पूल

''परतीरी कान्हा चिमणी काठी।
मुरलीपरी, अधरी धरी''

शाळेतून नुकतीच आलेली कुसुम पेटी वाजवून गात होती. संगीताने शीण नाहीसा होतो म्हणतात. पण माजघरात जुने पांढरे पातळ पांघरून पडलेल्या आजीचे मात्र या पेटीने कपाळ उठले. त्या पुटपुटल्या 'पोरटी शाळेतून आली की झाली कटकट सुरू. त्यापेक्षा पुराणाला गेलेलं बरं.' त्या उठून बाहेर येतात तो छोटा दिनू हातात एक रंगीत जाहिरात घेऊन नाचतच घरात आला. आजी दिसताच तो म्हणाला, 'आजी, आजी, कसा छान छान सिनेमा आहे आज!' त्याने धावत जाऊन त्यांच्या पायाला मिठीच मारली असती! पण आजीच्या चेहऱ्याकडे दृष्टी जाताच त्याचे बाळमन चरकले. 'ताई, ताई' करीत तो कुसुमकडे धावत गेला.

आजीनी घरात जाऊन एका फुलपात्रात तांदूळ घेतले. 'देवळात जाते हं' असे सूनबाईला सांगण्याकरिता त्या वळणार तोच त्यांना शब्द ऐकू आले, ''जरा बाळाला घ्यावं हं. सारखा किरकिर करतोय. आज स्वयंपाकही लवकर व्हायला हवाय जरा. सिनेमाला—''

सासूच्या मुद्रेकडे दृष्टी जाताच सून गप्प बसली. आजीच्या मनात आले - माझे पुराण बुडते आहे याची काळजी कुणालाच नाही. बाळ मोठ्याने रडत असतानाच त्या घरातून बाहेर पडल्या. काल कीर्तनात ऐकलेला अभंग त्या गुणगुणत होत्या- 'नको नको चित्ता गुंतू मायाजाळी.' रस्त्यावर कुसुमचे शब्द स्पष्ट ऐकू येत होती, 'परतीरी कान्हा - परतीरी कान्हा-' आजीने मागे वळून आपल्या मंद दृष्टीने घराकडे पाहिले. त्यांना वाटले- आपण एका तीरावर आणि घरातली सारी माणसे दुसऱ्या तीरावर आहेत. मध्ये कुठल्या तरी अफाट नदीचे काळेभोर पाणी वाहात आहे. आपण परत या नदीपलीकडे कशा जाणार? इतर नद्यांना पूल तरी असतात पण आयुष्याच्या नदीवर परमेश्वराला पूल बांधता येत नाही.

●

आजींनी जवळ जवळ सत्तर पावसाळे पाहिले होते. प्रत्येक पुराबाहेर वाहून

येणारा पाचोळा एका जागी साठावा त्याप्रमाणे उभ्या आयुष्यातील दु:खे त्यांच्या शून्य मनात आता धिंगाणा घालीत होती. शरीर थकले. घरकाम सुटले. पण यामुळे मनही उदासीन झाले. दिवस जाता जात नसे. रात्री एकदा झोप मोडली की काही केल्या ती पुन्हा येत नसे आणि रात्र मात्र सरत नसे. मुलगा, सून, नातवंडे यांचे जग आपल्यापेक्षा सर्वस्वी निराळे आहे असे त्यांना अलीकडे वाटू लागले होते. आजी अंथरुणावर उघड्या डोळ्यांनी अंधाराकडे पाहात बसत. त्या वेळी बाकीची सर्व माणसे गोड स्वप्नात गुंग झालेली असत. खाणे, पिणे, कपडालत्ता, थट्टामस्करी, साऱ्याच गोष्टींत घरात विलक्षण बदल दिसू लागला होता त्यांना.

त्या पुराणाला येऊन बसल्या. बोवांची चर्पटपंजरी चालली होती. 'या जगात कुणी कुणाचे नाही. म्हणून जेहत्ते कालाचे ठायी जन्मापासून ईश्वरचिंतन करणे हेच प्रत्येकाचे कर्तव्य आहे. नाममहिमा अगाध आहे.' घरात कुणीतरी आजारी असल्यामुळे त्यांनी त्या दिवशी पुराण लवकरच संपविले.

आजींनी भाविकपणे हे सर्व ऐकले. समोरच्या गाभाऱ्यातली शंकराची पिंडी त्यांना दिसत नव्हती. पण मधूनच त्यांनी तिकडे पाहून नमस्कार केला. ईश्वर भेटला तरच मनाची तळमळ आता शांत होईल असे त्यांना वाटले. पण ईश्वर भेटतो स्वर्गात! स्वर्गात जायचे म्हणजे - मरणाची कल्पना मनात येताच त्यांच्या अंगावर काटा उभा राहिला. मुलगा लहानपणी आजारी असताना मला ने आणि माझ्या बाळाला जीवदान दे असा नवस त्या मोठ्या आनंदाने बोलल्या होत्या. त्यानंतर आता इतकी वर्षे होऊन गेली होती खरी! पण मरणाची कल्पना त्यांना पूर्वीपेक्षा अधिकच दु:सह वाटू लागली होती. त्यांचे मन मात्र म्हणे - तुला मरण नको. पण जगून तरी काय करणार आहेस तू? काय काम आहे तुझं या जगात?

पुराण चालू असतानाच त्यांनी उदासपणाने बाहेर पाहिले. संध्याकाळच्या काळसर छाया जगाला अंधुक करीत होत्या. झाडावरून पिकलेली पाने कर्णकटू आवाज करीत खाली पडत होती. घरट्याकडे परतणाऱ्या कावळ्यांची कर्कश कावकाव एकसारखी कानांवर पडत होती. एक विचित्र कल्पना आजीच्या मनात येऊन गेली इतर पाखरे कशी शांतपणाने घरट्याकडे जातात. पण हे कावळे—

पुराण संपायच्या आधीच अंधार पडला होता! आजी सावकाश उठल्या. रस्त्याने जाताना त्यांना धड काही दिसत नव्हते. पण उदास मनामुळे त्या अंधारातही त्यांना एक प्रकारचे समाधान वाटत होती.

दारातच त्यांचे चिरंजीव उभे होते. ते म्हणाले, "किती उशीर झाला ग आई! त्यातून अंधारी रात्र-"

आजी न बोलता आत गेल्या. देवळाकडे कंदील घेऊन आपला मुलगा आला असता तर ही माया आपल्याला खरी वाटली असती असे त्यांचे मन म्हणत होते.

आज जाऊन पाहतात तो स्वयंपाकघरात पाटपाणी झालेले. कुसुम आणि दिनू सिनेमाला जाण्याच्या आनंदात दंग होती. मुलाने आपल्यालाही चल म्हणावे असे आजींच्या मनात आले. मग आपण म्हणू, "मला दिसत नाही काही नाही. उगीच कशाला घालायचा पाण्यात पैसा? मी आपली बाळाला घरी सांभाळीन. तुम्ही पाहून आलात म्हणजे मला पोहोचले सारे!"

पण हाच बेत सूनबाईंनी सांगताच विलक्षण राग आला आजींना! तान्हे मूल घरी ठेवून सिनेमाला जाणाऱ्या सुनेचा चांगला समाचार घ्यावा असेही त्यांना क्षणभर वाटले. पण संध्याकाळची ती विचित्र कल्पना एकाएकी त्यांच्या मनात उभी राहिली. आपण नदीच्या काठावर, ही सारी अलीकडच्या काठावर! आता यांचा आपला काय संबंध? काही का करेनात!

त्या देवघरात देवापुढे जाऊन बसल्या. नंदादीपाच्या वातीने धरलेली काजळी त्यांनी पाहिली. पण ती न झाडता कितीतरी वेळ त्या स्वस्थ बसल्या. शेवटी देवापुढे डोके टेकून त्या सद्‌गदित स्वराने उद्‌गारल्या, 'नारायणा, सोडीव आता याच्यातून.' त्यांच्या तोंडातून हे शब्द बाहेर पडले खरे. पण या जंजाळातून सुटण्याचा मार्ग मरणाखेरीज दुसरा कुठलाही नाही हे लक्षात येताच त्यांच्या मनाला कसेसेच वाटले. पण परत दुसऱ्या तीरावर जायचे कसे? मधले पाणी किती खोल खोल आहे!

फराळाकरिता त्या देवघराबाहेर आल्या, तेव्हा घरातल्या दुसऱ्या जगाचा निराळेपणा त्यांना अगदी स्पष्ट स्पष्ट दिसला. आज कित्येक वर्षे पांढऱ्या पातळाखेरीज दुसऱ्या वस्त्राचा स्पर्श आजींच्या अंगाला झाला नव्हता. सिनेमाला जाण्याकरिता नटलेली कुसुम त्यांनी पाहिली. छी:! नवे गुलाबी पातळ, तसलाच ब्लाउज, वेणीचे चक्र, डाव्या हातात मनगटावर बांधलेले सोन्याचे घड्याळ-तरी बरे, तिने तोंडाला लावलेली पावडर आजींना दिसणे शक्य नव्हते. मात्र पाणी पिण्याकरिता ती त्यांच्याजवळून गेली तेव्हा कसल्या तरी सेंटचा भपकारा येऊन त्यांनी नाक मुरडलेच.

थोड्या वेळाने कुसुमच्या आईचीही तयारी झाली. आजी मनात म्हणाल्या- त्याच लेकीची ही आई. तीन मुलांच्या आईने आरशात पाहून आपली केशरचना करावी ही गोष्ट त्यांना कशीशीच वाटली. असल्या जगापासून आपण दूर दूर जात आहोत हे एका अर्थी बरेच होत आहे असा विचार त्यांच्या मनात आला.

पण बाळाला पाळण्यात निजवून सर्व मंडळी घराबाहेर पडेपर्यंतच तो टिकला. थोडा वेळ त्या देवघरात बसून राहिल्या खऱ्या! परंतु घरातील भयाण शांततेमुळे त्यांचा जीव कसा उडून गेला. एकदा तर त्यांना वाटले- आपण कधीच हे जग सोडून गेलो आहो. कशावर तरी आशा राहिल्यामुळे आपल्याला भूतयोनीत जावे

लागले. या क्षणी देवघरात देवासमोर बसले आहे ते आपले भूत-आपण नव्हे.

या विचित्र विचाराने त्यांच्या हृदयाचा थरकाप झाला. देवघराबाहेर येऊन इथला दिवा लाव, तिथला दिवा लाव असे करीत त्या उगीचच घरभर फिरू लागल्या. स्वयंपाकघराच्या कोपऱ्याकडे त्यांचे सहज लक्ष गेले. उसाची पाच-सहा कांडी पडली होती तिथे! खाली चोयट्याही खूप होत्या. ऊस सोलून खाण्याची इच्छा त्यांच्या मनात उसळून आली! दुसऱ्याच क्षणी त्या भानावर आल्या. तोंडाचे बोळके झालेले माणूस ऊस सोलून कसा खाणार? त्या चोयट्यांकडे पाहात 'इथून तिथून मेला बुरसेपणा!' असे उद्‌गार काढून त्या स्वयंपाकघरातून बाहेर पडल्या.

सूनबाईंच्या खोलीतही त्यांचे मन असेच अस्वस्थ झाले. पलंगाची नाजूक मच्छरदाणी, टेबलावरला भारी किमतीचा फोनोग्राफ, भिंतीना लावलेली सुंदर चित्रे-जिथे तिथे उधळेपणाचा बाजार दिसू लागला त्यांना. मध्येच जमिनीवर पडलेला हातरुमाल लागला त्यांच्या पायाला. किती तलम होता तो! टर्रकन फाडून त्याचे तुकडे तुकडे करावे इतका राग आला होता त्यांना सुनेचा!

मुलांच्या खोलीत तर या आगीत तेल पडले. कुसुमच्या टेबलावर आकड्यांचे संमेलनच भरले होते जणू काही. जवळच एक पुस्तक पडले होते. आजींनी ते उचलून डोळ्यांजवळ नेले. "काय चहाटळ झाली आहे कारटी?' असे पुटपुटत त्यांनी फेकूनच दिले ते! ती सामाजिक कादंबरी होती एक. तिच्या मुखपृष्ठावर नायक वाकून नायिकेचे चुंबन घेत होता.

दिनूची साहेबी टोपी खुंटाळ्याला लटकत होती. तिच्याकडे पाहिले न पाहिलेसे करून त्यांनी त्याच्या पाटीवर पडलेले पुस्तक उचलले. दिव्यापाशी जाऊन त्यांनी ते उघडले. मोठ्या कष्टाने त्यांना एवढीच अक्षरे वाचता आली—

आजोबांची शेंडी भुरुभुरु कशी पहा हालते।
मनाला मौज किती वाटते।।

तिटकाऱ्याने ते पुस्तक फेकून त्यांनी घाईघाईने दार उघडले. त्या सोप्यावर आल्या. बाहेर गाढ अंधार पसरला होता. अंगणात एका जीर्ण मेढीवर चढविलेली मोगरीची वेल जिकडे तिकडे सुवास उधळीत होती. पण तो आजींच्या गावीही नव्हता.

त्या पुन्हा देवघरात येऊन बसल्या. त्यांचे मन आंधळेपणाने धडपडत, तडफडत होते. आपण कशासाठी जगत आहो हे त्यांचे त्यांनाच कळेना. देवाच्या पाटावर डोके ठेवून त्या स्वस्थ पडून राहिल्या. त्यांच्या मिटून घेतलेल्या डोळ्यांपुढे त्यांचे उभे आयुष्य एखाद्या पाखराप्रमाणे भुर्रकन येऊन गेले. इतकी वर्षे आपण जगलो हे

सुद्धा त्यांचे त्यांना त्या अर्धवट गुंगीत खरे वाटेना. कशासाठी, कुणासाठी आपला जीव या दुबळ्या शरीराला अजून चिकटून राहात आहे याचा विचार करकरून त्यांचे मन शिणून गेले. या शिणामुळेच की काय त्यांचा डोळा लागला.

पण थोड्याच वेळात कुणी तरी दार खडखडावले. झोप मोडल्यामुळे चिडून आजींनी डोळे उघडले. नंदादीप शांत झाला होता. अंधारातच धडपडत त्या दाराकडे आल्या. सिनेमाची मंडळी परत आली होती.

"बाळ उठला होता का?" सूनबाईंनी विचारले. सासूबाई बोलल्याच नाहीत. पाळण्यात चाचपून पाहात सूनबाई म्हणाल्या, "अगबाई, अगदी थप्प झाला आहे हा भिजून! राजा, ओल्यातच निजला होतास की रे!" लगेच त्यांनी बाळाला पाळण्यातून काढून त्याचा प्रेमाने मुका घेतला.

हे पाहून मात्र आजींना वाटले- मघाशी सारे घर आपण सोबतीकरता धुंडाळले. बाळाकडे मात्र काही केल्या आलो नाही आपण. घरातल्या इतर माणसांचे जग आपल्यापेक्षा निराळे असेल. पण बाळाचे जग आपल्याहून भिन्न आहे का? बाळाला घेण्याकरिता त्या पुढे होणार होत्या, इतक्यात सूनबाई रागानेच त्याला घेऊन एकदम आपल्या खोलीत गेल्या.

अंधाऱ्या देवघरात जाऊन आजींनी आपले डोळे पुसले. बाळाच्या जगात आपण अजूनही रमून जाऊ. पण त्याच्यावर आपला हक्क कुठे आहे? बाळ आता आपल्या आईच्या कुशीत झोपेत हसत निजला असेल आणि आपण- आपला डोळासुद्धा लागणार नाही रात्रभर!

एकटेपण- कधीही नाहीसे न होणारे एकटेपण- आपल्या आयुष्यात दुसरा कसला आनंद आता उत्पन्न होणार आहे?

नंदादीप लावायचा विचार हजारदा त्यांच्या मनात आला. पण काही केल्या त्यांना उठावेसे वाटेनाच. 'राहीना देव अंधारात' असा त्यांच्या श्रद्धेशी विसंगत असलेला विचारही क्षणमात्र त्यांच्या मनात येऊन गेला.

इतक्यात बाळाचे रडणे त्यांना ऐकू आले. अगदी ओक्साबोक्शी रडत होता तो. आजी जागच्या हलल्या नाहीत. पण लगेच सूनबाईचा स्वर त्यांना ऐकू आला. 'देवघरात असतील.'

आजींनी घाईने उठून देवाचा दिवा लावला.

बाळाला घेऊन त्याची आई आत आली. त्याने एकदम आ-दी, आ-दी' करीत आजींच्या अंगावर झेपच टाकली

"जागा झाला तो आदी, आदी करीत आपल्याकडे यायचा हट्ट धरून बसला. किती थोपटला-खेळवला. पण सारखा आ-आ-आदी करीत होता. आपल्याला त्रास होईल म्हणून—"

''बाळाचा त्रास? असं भलतंसलतं बोलू नये कधी सूनबाई.'' आजी हसून म्हणाल्या.

बाळाची आई निजल्यावर आजी त्याला खेळविण्याकरिता सोप्यावर घेऊन आल्या. 'दिवू, दिवू' म्हणून त्यांनी बाळाला आभाळातील चांदण्या दाखविल्या. आता त्यांना कल्पना आली. मघाप्रमाणे आताही खाली अंधार होता. पण वरच्या चांदण्या कशा चमचम चमकत होत्या. वाऱ्याच्या झुळकेबरोबर मोगरीच्या फुलांचा सुगंधही अंगणातून आला. त्या जीर्ण मेढीचे जिणे- जमिनीत पुरून घेऊन एका जागी राहणे- मोगरीच्या या मधुर वासाकरिता आहे हे मनात येऊन आजींचे चित्त शांत झाले.

त्यांचे प्रसन्न मन जणू काही म्हणत होते 'देवाच्या घरून नुकत्याच आलेल्या आणि देवाच्या घरी लवकरच जाणाऱ्या जीवांची गट्टी जमायला काय हरकत आहे?'

आईच्या सांगण्यावरून बाळाला घेण्याकरिता आलेली कुसुम गुणगुणत होती—

'त्या प्रभाति गोपाळाशी
पुष्पांच्या दिसल्या राशी
परतीरी कान्हा, चिमणी काठी,
मुरलीपरी, अधरी धरी.'

बाळाप्रमाणे आजींनाही ते गुणगुणणे ऐकून विलक्षण आनंद झाला.

(१९३७)

∎

सती

माझ्या जन्माच्या वेळी आई नवस बोलली होती कुळदेवीला. मुलगा झाला तर तुझ्या पायावर तो आणून घालीन म्हणून. नवस म्हणजे परमेश्वराला लिहून दिलेली अखंड प्रॉमिसरी नोट. तो कधीही फेडायला हरकत नाही. त्यामुळे कोकणातल्या कुळदेवीच्या पायावर घालून घेण्याकरिता मी आलो तेव्हा मला मिसरूड फुटली होती- एवढेच नव्हे, तर मी तिचा नायनाट करण्याच्या मार्गाला लागल्याला पाचसहा वर्षे होऊन गेली होती.

कधी नव्हे ते कोकणात मूळ घरी आम्ही आलेलो. लग्न झाल्यावर आई काही वर्षे इथे होती. त्यामुळे रिप व्हॅन विंकलसारखी का होईना, या खेडेगावात तिला गंमत वाटत होती. धरणीकंपाच्या वेळी प्रत्येक धक्क्याने मनुष्याच्या मनात काय विचार येत असतात याची चांगलीच कल्पना तिच्या बोलण्यावरून मला येऊ लागली. तिने पाळण्यात पाहिलेल्या एका पोराने भाविणीच्या पायी घरदाराची राखरांगोळी केली होती. पूर्वी पाप्याचे पितर असलेला एक मुलगा आता इतका लठ्ठ झाला होता, की त्याच्या पुढच्या बेचाळीस पिढ्या पुण्यवंताच्याच होणार असा कुणीही तर्क केला असता. त्या काळी मारकी म्हैस असलेली एक सासू आज गोगलगाय झाली होती; उलट पोरवयात सुतासारखा सरळ असलेला एक शेजारचा मुलगा आता गावात भुताप्रमाणे नंगा नाच घालीत होता.

या ग्रामोद्धाराच्या कार्यात चार दिवस जाणे आईला कठीण नव्हते. पण माझी मात्र मोठी पंचाईत झाली. प्रदेश परका, माणसे नवखी बरोबर दुभाषी घेतल्याशिवाय बाजारात जाणेसुद्धा अशक्य आणि खेड्यातल्या नऊ दुकाने लांब व चार दुकाने रुंद अशा त्या बाजारात बघायचे तरी काय? दुकानावरले उघडेबोडके दुकानदार, चहा- बरोबर भजी खात असलेला मोटारचा क्लीनर, बुचड्यांच्या रचनेवरूनच ओळखू येणाऱ्या ख्रिश्चन बाया, त्यांच्या डोक्यांवरील टोपल्यात चमकणारे चित्रविचित्र मासे इत्यादी गोष्टी पुन:पुन: पाहून मी कंटाळलो. हिवाळ्याचे दिवस असल्यामुळे आंबे, फणस, काजू यांची झाडे तेवढी दिसत. पण ती पाहून समाधान मानायला मी वनस्पतिशास्त्राचा विद्यार्थी थोडाच होतो!

रविवार असावा तो. मुंबईच्या आदितवाराच्या मौजेची आठवण होऊन मी

अगदी हिरमुसला झालो. तेव्हा आई म्हणाली, "किल्ल्यातली सतीची शिळा तरी पाहायला जा की रे!'

"कितीशी लांब आहे?"

"असेल दोन-तीन मैल. लहानपणी गोव्यात जाताना पाहिली आहे मी."

"गोव्यात?"

"गोव्याची हद्दच लागते ना तिथून. मध्ये नदी आहे काय ती!"

सिंहगड पाहिलेल्या अस्मादिकांना वाटले, असेल झाले हा एखादा पडका किल्ला; आणि कुणीतरी धूर्त मनुष्याने दगडाचा देव करण्याकरिता त्यातल्या एका शिळेवर उभी राहून कुणीतरी बाई सती गेली अशी गप्प दिली असेल उठवून! उगीच तंगड्या तोडीत जायचे जीवावर आले. पण घरी बसून तरी काय करायचे? निदान नदीचे दृश्य तरी रमणीय असेल असे वाटून तिसऱ्या प्रहरी जायचा बेत मी केला. पुढचा प्रश्न होता सोबतीचा. शेवटी एकदा कष्टाने एक विद्यार्थी मिळाला. स्काऊट होता तो. त्यांची टोळी त्या किल्ल्यावर एकदा तळ देऊन आली होती. बालवीर-चळवळीविषयी पॉवेलसाहेबांचे मनातल्या मनात आभार मानल्यावाचून मी राहिलो नाही.

ऊनं उतरू लागताच आम्ही कूच केले. जवळची वाट म्हणून शेतातल्या बांधावरून जाताना मला मोठी गंमत वाटे. प्रत्येक शेत अगदी बुद्धिबळाच्या पटासारखे दिसे. मधूनच कुठेतरी दहावीस घरे लागत. तिथल्या कोंबड्याचे आरवणे आणि मुलांचे खेळणे क्षणभर ऐकण्यासारखे होते यात शंका नाही. जिकडे तिकडे हरतऱ्हेची हिरवी झाडे! कुंपणावर वेली आळसावून पडल्यासारख्या दिसत अगदी!

माझा बालवीर मित्र मध्येच मातकट तांबड्या रंगाच्या फुलांकडे बोट दाखवून म्हणाला, "ही पिटकुळीची फुलं. देवाला नाही चालत ती! प्रेताला घालतात म्हणे ही." बालवीराला प्रत्येक गोष्टीचे थोडे थोडे ज्ञान हवे हे लक्षात घेता त्याची माहिती मोठी मोलाची होती. माझ्या मनात आले-ही पिटकुळीची फुले घ्यावी आणि त्या सतीच्या शिळेवर वहावी. सती म्हणजे-वाऱ्याच्या लहानशा झुळुकेनेही पवनचक्की फिरू लागावी त्याप्रमाणे या कल्पनेने सतीविषयीच्या माझ्या कल्पनांना गती मिळाली.

लॉर्ड विल्यम बेंटिंक व राजा राममोहन राय यांच्या आत्म्यांना माझे मत मूर्खपणाचे वाटेल. पण सतीच्या कल्पनेने माझ्या मनात आदराची भावना जागृत झाली हे मी कबूल करतो. सतीची चाल अमानुष असेल. युद्धेसुद्धा अमानुष आहेत. पण तेवढ्यामुळे युद्धात शौर्य गाजविणाऱ्या वीरांचे कौतुक केल्याशिवाय आपण राहू काय? सिंहगडावरला तानाजी अगर किल्ल्यावर निशाण लावून नेपोलियनच्या पायापाशी येऊन प्राण सोडणारा ब्राउनिंगचा बालवीर - यांच्या नुसत्या स्मरणाने

अंगावर रोमांच उभे राहतात. त्यागाचे सामर्थ्यच असे अलौकिक असते. मग संसाराच्या समरांगणावर हसतमुखाने प्राणदान करणाऱ्या सतीची पूजा मानवी हृदयाने केली तर त्यात आश्चर्य कसले?

या किल्ल्यावर सती गेलेल्या बाईच्या आयुष्याविषयी मला नकळत कुतूहल उत्पन्न झाले. माझ्या बालवीर-मित्राने त्या शिळेची लांबी रुंदी सांगितली. पण सतीचा इतिहास काही त्याला ठाऊक नव्हता. मी मात्र जाता जाता मिळाली ती फुले गोळा करीत चाललो होतो. त्यातली गोकर्णीची निळी आणि चाफ्याची पिवळी फुले परस्परांच्या रंगांना विरोधाने विलक्षण शोभा आणीत होती.

किल्ला लहानसाच होता. वार्धक्याच्या खाणाखुणा तर त्याच्यावर स्पष्ट दिसत होत्या. ठिकठिकाणी तट ढासळून पडलेला, प्रवेशद्वारापाशी रानवेली माजलेल्या, आत तर गुडघाभर गवतच होते सगळीकडे. त्यातून वाट काढताना पदोपदी जिवाणूंची भीती वाटत होती मनाला! माझ्या बरोबर आलेल्या मुलाने मला बालेकिल्ला दाखविला. चारी बाजूंनी त्याच्या भिंतीना भगदाडे पडली होती. रंगमहालात झाडांनी असा काळोख केला होता की बोलून सोय नाही. आमची चाहूल लागताच तिथल्या एका घुबडाने घुत्काराने माझे स्वागत केले. काळ किती क्रूर विटंबक आहे याची कल्पना त्या वेळी मला आली.

नंतर सतीच्या शिळेकडे आम्ही वळलो. एका बुरुजाच्या अलीकडे ती जागा होती. शिळेवर सुकून गेलेली फुले दिसत होती. सतीचा वंशज जवळच कुठेतरी राहतो आणि संध्याकाळी येऊन शिळेची पूजा करून जातो एवढे बालवीराकडून मला कळले. काही झाले तरी शिळा बोलकी होणार नव्हती! उत्कट आदराने त्या शिळेवर हातातली चार फुले मी वाहिली. बाकीची तशीच होती. बुरुजावर जाऊन भोवतालचा देखावा पाहावा आणि मग नदीकडे जावे असा माझा बेत होता.

बुरूज चांगला उंच होता. त्याचा खालचा भाग इतका निमुळता होता की जर चुकून पाय निसटला तर पडणाऱ्याच्या ठिकऱ्या उडाल्यावाचून राहणार नाहीत अशी माझी खात्री झाली. छाती धडधडत होती. पण धीर करून मी वाकून खाली पाहिले. एक अजस्र काळा खडक आ वासून उभा होता तिथे. माझ्या अंगावर काटा उभा राहिला. मी भीतीने मान वळविली.

शिळेच्या पूजेला कुणीतरी मनुष्य आला होता. मी हळूहळू त्याच्याजवळ गेलो. परका मनुष्य पाहून त्यालाही आनंद झाला असावा. बालवीराच्या मदतीने मी त्याच्याशी बोलू लागलो.

''शिळा पाहायला आला की काय?''

''हो.''

''फार जुनी आहे ही! तीन-चारशे तरी वर्षे झाली असतील. माझ्या पणजीच्या

पणजीच्या-'' वंशवृक्षाच्या कुठल्या तरी मोडक्या फांदीवर तो मला नेऊन बसवणार अशी भीती वाटून मी म्हणालो, ''सतीच्या वंशातले आहा म्हणावयाचे तुम्ही!''

''हो. इथं दररोज येऊन पूजा करावी लागते आम्हाला. मोठं खडतर आहे दैवत. नाहीतर मुलंच जगत नाहीत कुळातली.''

येणारे हसू दाबून मी प्रश्न केला, ''कोण होती ही बाई?''

''किल्लेदाराची बायको. मोठी जागृत आहे ही सती!''

''अस्सं!''

''नावडती बायको असून ती नवऱ्याबरोबर सती गेली. स्वर्गात-''

नावडती बायको सती जाते! आणि आवडती? माझी जिज्ञासा अगदी अनावर झाली. नावडती बायको ज्या नवऱ्यासाठी अग्निदिव्य करते त्या नवऱ्याचा विरह आवडत्या बायकोला क्षणभर तर सोसवला असेल काय? तिने तात्काळ त्या बुरुजावरून खाली उडी टाकिली असावी! मी म्हटले,

''दोन बायका होत्या त्या किल्लेदारांना?''

''हो. दोघीही एकाच दिवशी जग सोडून गेल्या.'' आपला तर्क खरा ठरल्याचा आनंद विलक्षण असतो. मी त्याला खूष करण्याकरिता म्हटले, ''स्वर्गातसुद्धा कौतुक झालं असेल या सवतींचं!''

तो उपहासाने उद्‌गारला, ''स्वर्गात दोघी जाणार कशा?''

''का?''

''ती दुसरी पडली असेल रौरव नरकात!''

''आवडती बायको?''

''हो!''

आश्चर्याची एवढी मोठी लाट माझ्या मनात उसळली की त्याला प्रश्न विचारावयाचे भानही राहिले नाही मला. मग तोच सांगण्याच्या रंगात आला होता.

''त्या वेळी हा किल्ला म्हणजे एक नाक होतं कोकणच्या या बाजूचं. गोमंतक जिंकून फिरंगी इकडे येण्यासाठी धडपडत होते. नदीच्या पलीकडे त्यांचा तळ पडला होता. इथे किल्ल्यात काय थोडे सैन्य होते तेवढेच. बाकी या बाजूला बारा वाटा मोकळ्या होत्या त्यांना.''

''बादशहाकडे खलिता गेला होता पण तो पोचून मदत येईपर्यंत एक गोष्ट फिरंग्यांच्या आड येत होती. पावसाळ्याचे दिवस होते ते. त्यांच्यापाशी होड्या नव्हत्या. पलीकडे पावसात महिनान् महिना राहणेही त्यांना शक्य नव्हते. पाच मैलांवर खाली एका गुप्त जागी पावसाळ्यातसुद्धा उतार मिळत असे. पण अगदी किर्र जंगलामुळे त्या बाजूला कुणी सहसा फिरकत नसे. इथल्या किल्लेदाराला तेवढे त्या उताराचे गुपित नेहमी ठाऊक असे.''

पलीकडच्या गवतात एकदम सळसळ असे काहीतरी वाजले. मी व माझा बालमित्र दोघेही चमकलो. पण तो मनुष्य शांतपणे म्हणाला, ''मोठ्ठा दिवड आहे तो. जिवंतपणी नावडतीला सुख दिले नाही म्हणून किल्लेदार आलाय दिवड होऊन! किती तरी वेळा या शिळेवर हा दिवड ऐसपेस पडलेला असतो.''

दिवड शब्दाचे ज्ञान मला कोकणात आल्या दिवशीच झाले होते. परसात भला लांब साप पाहून धापा टाकीतच मी घरात आलो होतो. मग मला कळले की सापाचे विष त्याच्या लांबीरुंदी जाडीवर अवलंबून नसते. दिवडाला फक्त बुधवारी आणि रविवारी विष असते.

आज रविवार होता. अर्थातच किल्लेदारसाहेबांची या नव्या रूपातली भेट घेण्याची काही माझी इच्छा नव्हती. मी म्हटले,

''पुढं काय झालं?''

''त्याच वेळी किल्ल्यात एक कीर्तन झालं. हरिदासाने सांगितले- सीतामाईने मारुतीला वर दिला होता त्रेतायुगात, की पुढे तुझ्या जातीची माकडं या भूमीत राज्य करतील म्हणून. फिरंग्याचे सैन्य पाहून किल्लेदार आधीच पेचात पडला होता. सीतामाईचा वर खरा होण्याची वेळ आली असे त्याच्या मनाने घेतले. मध्यरात्री उताराच्या वाटेने फिरंग्यांना जाऊन भेटायचे, त्यांना ती वाट दाखवायची आणि आपली किल्लेदारी सुरक्षित राखायची असा बेत केला त्याने. आपल्या आवडत्या बायकोशिवाय कुणालाही त्याने याचा सुगावा लागू दिला नाही! ती अगदी विरुद्ध होती. तिने त्याची खूप विनवणी केली. पण किल्लेदार तसा बाइलबुद्धी नव्हता!''

संध्याकाळच्या उतरत्या उन्हात भोवतालचे पिवळे गवत कसे फिक्कट दिसत होते. त्याच्याकडे उदास दृष्टीने पाहात मी ऐकू लागलो. ''ठरल्याप्रमाणे मध्यरात्री तो आपल्या आवडत्या बायकोच्या महालातून निघाला. ती त्याला म्हणाली. 'दूध घेऊन जावं थोडं.''

''त्याची दुधावर वासना नव्हती. पण लाडक्या बायकोला असल्या गोष्टीत नाही कसे म्हणायचे? तिने झटकन त्याला दूध आणून दिले. त्याचे मन मुळीच जागेवर नव्हते. तो ते दूध घटाघट प्याला मात्र— त्या महालातून दुसरे दिवशी त्याचे प्रेतच बाहेर गेले.

आवडत्या बायकोने नवऱ्याला विष घालून मारले. किती अघटित घटना ही! नवऱ्याने शत्रूला फितूर होऊ नये म्हणून—

''तिनं विष घातलं खरं. पण नवऱ्याची तडफड पाहून तिचा धीर खचला. सारे लोक गोळा झाले. उपचारावर उपचार केले. पण विष फार जालीम होते. आपण ते घातले एवढे मात्र तिने कबूल केले. लोकांनी जंग जंग पछाडले तरी कारण मात्र ती सांगेना.

“दुसरे दिवशी सकाळी किल्लेदाराच्या दहनाची तयारी झाली. ती सती जाणार म्हणत होती. पण विष घालून नवऱ्याला मारणाऱ्या बायकोला सतीच्या शिळेवर कोण चढू देणार? नावडती बायको आनंदाने पुढे झाली आणि आपल्या सवतीकडे तुच्छतेने पाहात चितेवर चढली. पुढे कितीतरी दिवस सतीचा मोठा उत्सव होत असे या किल्ल्यात.”

माझे मन किल्लेदाराच्या त्या आवडत्या बायकोचा विचार करीत होते. त्या विजेचे पुढे काय झाले?

माझा प्रश्न जणू काही त्याला कळला. तो सांगू लागला, “नवऱ्याची हत्या करणारी राक्षसीण म्हणून या बुरुजावरून तिला खाली लोटून द्यायचे ठरले. हसतमुखाने ती बुरुजावर चढली म्हणतात. आपण होऊन उडी टाकावयाचे कबूल केले होते तिने. डोळे बांधून घ्यायलासुद्धा ती तयार झाली नाही. बोहल्याकडे जावे तशी ती आनंदाने बुरुजाकडे गेली असे जुनी माणसे सांगत. पुढे जाऊन तिने खाली वाकून पाहिले. मागे सरकली ती. लोकांना वाटले पाप भित्रे असते. उडी टाकायची छाती होणार नाही तिला. पण ती बोलण्याकरिता मागे आली होती. आपण नवऱ्याला विष का दिले हे तिने अडखळत हुंदके देत सांगितले. तिला कडेलोटाची शिक्षा देण्यात अन्याय होत आहे असे लोकांच्या मनात येते न येते तोच तिने खाली उडी टाकलीदेखील. खालचा खडक रक्ताने रंगून गेला अगदी. त्या रक्ताचे डाग कितीतरी दिवस तांबडेच होते अशी दंतकथासुद्धा ऐकिली आहे मी लहानपणी!”

त्याची नजर सहज माझ्या हाताकडे गेली. तो म्हणाला, “सतीला घाला की ती फुलं. मोठं जागतं दैवत आहे हे!”

मी दोन-तीन फुले त्या शिळेवर टाकली.

“आणि ही उरलेली?” त्याने प्रश्न केला.

“या बुरुजाखालच्या खडकाला वाहणार आहे मी ती. खरी जागृत सती तिथंच आहे की!”

(१९३७)

■